VĂN HỌC MỚI

TẠP CHÍ VĂN HỌC NGHỆ THUẬT

PHÁT HÀNH MỖI THÁNG / 1 SỐ (1 NĂM 12 SỐ) Năm thứ VIII

Editor-in-Chief: HÀ NGUYÊN DU

Assistant Editor-in-Chief : NT LỆ THU

General Secretary : Lệ Thu & Vương Thư Sinh

Secretary & Manuscript Reader : Bạch Xuân Phẻ

Publishing Technology:
Phạm Hồng Thái & Ngã Phương Huyền

Thư từ, bài vở, ngân phiếu - xin gởi về:
(Văn Học Mới - New Literature Magazine)

Tòa Soạn
(Newsroom)
To: HA NGUYEN
10291 Arundel Ave.
Westminster, CA 92683 - 5821

vanhocmoi4@gmail.com
ntlthu1016@gmail.com
tapchivanhocmoi.tho@gmail.com

https://tapchivanhocmoi.com
https://vanhocmoi.com

ĐẠI DIỆN PHÁT HÀNH

Canada: **Phan Ni Tấn** <phannitan@yahoo.ca>
Canada : **Hoàng Xuân Sơn** <hoangxuanson@hotmail.com>
Minnesota: **Kimchi Hoang** < hkimchi2006@gmail.com>
Georgia: **Đức Phổ**<dducpho@gmail.com>
Massachusetts: **Lâm Chương** <lamchuong495@gmail.com>
Louisiana: **NgT Hồng Hải**<nhattannguyen575@yahoo.com>
Houston: **Nguyễn Minh Triết**<lntt_2000@yahoo.com>
San Jose: **Phạm Hồng Thái**<thaihpham@gmail.com>
Paris:**Trang Thanh Truc<trangthanhtrucparis@yahoo.fr>**
VN: NT Lệ Thu<ntlethu1016@gmail.com>
Germany **Trần Văn Tích**

TRONG SỐ NÀY

NGUYỄN KIẾN THIẾT • NGUYỄN VĂN SÂM • NGUYỄN HÒA -TRƯỚC • NGÔ NGUYÊN NGHIỄM • HOÀNG XUÂN SƠN • LÊ MỘNG NGUYÊN • HÀ NGUYÊN DU • ĐỨC PHỔ • PHẠM QUỐC BẢO • VŨ HOÀNG THƯ • NGÃ PHƯƠNG HUYỀN • SAN PHI • SA CHI LỆ • HUỲNH VIẾT TƯ • HUỲNH LIỄU NGẠN • TRỊNH MINH HIẾU • VIÊN DUNG • KHALY CHÀM • NGUYỄN ĐÌNH TỪ LAM •TUỆ TRUNG • TIỂU LỤC THẦN PHONG • LÊ HỮU MINH TOÁN • DŨNG NGUYÊN • HỒ XOA • NGUYÊN CẨN • TRẦN QUÝ TRUNG • QUYÊN DI • NGƯỜI SÔNG HẬU • NGUYỄN AN BÌNH • NGUYỄN HỒNG LINH • TUỆ TÂM • LÊ KHÁNH NHÂM • QUẢNG XUÂN • ĐẶNG XUÂN XUYẾN • TÔN NỮ MỸ HẠNH • LINHCT • HUỲNH MINH TÂM • TRẦN DANH THÙY • NGUYỄN NGUYÊN PHƯỢNG • Jos NHẬT QUANG • HÀ KIM QUY • LÂM BĂNG PHƯƠNG •

mục lục

VĂN HỌC MỚI SỐ 41

LỜI TÒA SOẠN

Văn Học Mới Số 41

Thưa quý tác giả và bạn đọc thân mến…

Văn Học Mới số 41 thuộc tháng 6. Tháng của bầu trời mưa giăng mù mịt, tháng của ngón mưa luân vũ trên cung đàn hoài niệm.

Những ngón mưa tê mê nhấn mãi từng giọt trên tơ đàn ký ức đến chùng lòng tao nhân mặc khách.

- Này ngón mưa ơi …
Nhấn chi mãi trên tơ đàn ký ức?
Là giọt mưa trời mù hay buốt lạnh giọt thi ca
Tao nhân hoài vọng tình ngăn cách
Mặc khách đau tim vì người xa …

- Thưa quý thân hữu

Qua những câu thơ “ đột hứng” trên có lạc để cho bài viết này không?

Dù thể nào thì những thuyền chữ này vẫn nhổ neo, những ý nhuỵ này vẫn ngát theo chiều gió.

Bởi, có những việc làm trong cuộc người lâu nay … vốn của nó được vinh danh như một sứ mệnh, cần phải dũng cảm mà xông pha

Số báo này, chúng tôi tiếp tục đồng hành cùng quý bạn hữu qua những dòng văn, điệu thơ, những chiêm nghiệm sâu lắng về đời, về người, và về những khoảng lặng khó gọi tên trong tâm tưởng.

Mỗi tác phẩm được chọn đăng đều là một nhánh mưa hay cành sương tháng Sáu – mong được chạm đến trái tim độc giả, dù chỉ như là một dây tơ ngân rung nhè nhẹ, theo cũng bậc cảm thức yêu thương phận người …

Văn Học Mới – luôn là nơi mở lòng, nơi khơi gợi thổ ngơi mỹ cảm và tiếp nối những phát tiết thăng hoa hòa chung nguồn thanh âm đẹp đẽ, cội nguồn của bổnáo

Trân trọng
BBT/ Văn Học Mới

NGUYỄN KIẾN THIẾT

TRÍCH LƯỢC MỘT SỐ MẢNH VỤN VĂN HỌC - Kỳ 4

*Mời bạn đọc xem *Văn Học Mới* từ Kỳ 1, số **38**, tháng 3/2025. Tất cả chú thích và hình ảnh minh họa đều có ở Phần trọng tâm của quyển sách.

XVI.- GS Trần Văn Khê (TVK) giải đáp câu hỏi của Nguyễn Kiến Thiết (NKT)

Nhận lời mời của Hội Ái Hữu Cựu Học Sinh Trung học Mỹ Tho, GS Trần Văn Khê đã đến Montréal nói chuyện về Âm Nhạc Tài Tử Miền Nam tại nhà hàng Lotté Furama vào tối thứ bảy 13 tháng 10 năm 2001. Dịp nầy Nguyễn Kiến Thiết tôi có viết một lá thư gởi GS Trần Văn Khê để nhờ giải đáp một vài câu hỏi, được Giáo sư vui vẻ trả lời qua điện thoại. Dưới đây là bài trích lược nội dung Câu hỏi và câu Trả lời:

-**NKT**: "*Làm thế nào phân biệt được những câu hò khi thì ở Đồng Tháp, khi thì ở Bến Tre, khi thì ở Cần Thơ?*".

- **TVK:** Trong một bài hò luôn luôn có những câu như ***câu kể*** và ***câu xô***. Câu kể do người hò gọi là hò mái, hò cái. Câu xô là hò con. Câu kể và câu xô tức cái với con, cũng như âm với dương. Câu xô mỗi nơi mỗi khác.

Câu xô trong hò Đồng Tháp: *Hòa hơi*... không có chỗ nào có.

Câu xô trong hò Bến Tre: Ờ ớ ơ ơ, ớ ơ...

Ngoài ra, câu xô ở Bến Tre còn có **điệu hò lý**. Hết một câu thì tất cả câu xô :

Hò xự xang hò xang xê cống
Cống xê xang (là) xang xế hò
Hò xự xang.
Hay: Hò hố khoan bống trống bởi bang
Hò xang xế xự, quân tử tồn (là) xự xế xang.
Câu đó chỉ có Bến Tre có thôi.

Câu xô trong hò Cần Thơ giọng không lên cao tức *hò liu:*

Hò hơ *hớ hơ*... Đèn *nào cao bằng* đèn *Châu Đốc*
Đất *nào dốc bằng* đất *Nam Vang*
Một tiếng ai than hai hàng lụy nhỏ

Ơ ơ ơ... Có chút mẹ già biết bỏ ai nuôi.

Câu xô khác nhau làm cho người ta biết được **câu hò** đó **ở tỉnh nào**. Đại khái cấu trúc của nó cũng lọt vô tiếng hát ru của bà mẹ. Rồi rốt cuộc hò Đồng Tháp, hò Bến Tre tới chừng đi ra câu kể thì nó cũng gần giống như điệu hát ru. Có điều khác hơn: Hát ru thì ***hò xang*** mà câu hò thì ***hò*** xư. Hò xang, hò xư như thế nầy:

Ầu ơ... Ví dầu con cá nấu canh (Hò xang).

Nhưng mà trong cải lương người ta biến hát ru thành ra trong câu hò (*Hò xư* chớ không phải *hò xang*):

Ờ ơ ơ... Ví dầu cầu ván đóng *đinh*
Cầu tre lắc lẻo ờ ơ ơ... gập ghình khó đi.

(Chỉ có khúc chót mới trở về *hò xang*. Khúc đầu là *hò xư*).

Trong cải lương không phải ru để cho em ngủ, mà ru cũng muốn cho người ta để ý mà nghe. Hò xư thêm hò xang để người ta không ngủ. Hò xang, hò xư êm tai quá thì người ta ngủ hết.

Ngoài ra trên thế giới người ta nhìn nhận hai *quãng tư* và *quãng năm* là cơ bản đem lại sự bình tâm cho con người. *Cho nên tất cả những tiếng hát ru trên thế giới đều không lọt khỏi hò quãng tư hay quãng năm*. Riêng cái *quãng ba* (thiếu) Hò xư xư là quãng gợi cho người ta tìm cái hò xang làm cho họ thích. Cho nên trong cải lương mặc dầu hát ru họ cũng muốn người ta thích mà nghe chớ không phải ru để người ta ngủ hết là không được. Có điều người ta tưởng trong cải lương hát như vậy là hát hay nên tất cả những người ru em trong nhà cũng bắt chước theo hò. Ru như vậy là **ru trật**. Ru trật bởi vì bắt chước cải lương mà không hiểu tại sao cải lương hát như vậy. Thành ra câu hò vùng nầy vùng kia khác nhau vì hai lý do :

Thứ nhứt: tại câu xô (nhiều nhứt)

Thứ hai: Phong cách hát mỗi vùng mỗi khác. Tỉ như :

Hò Đồng Tháp nó lên cao xuống thấp *xự xề xang xê ho.*
Ơ ớ ơ ơ... *Gặp mặt em* đây *không biết chừng nào anh gặp nữa.*
Nầy bạn chung tình, em có phân điều *chi thì phân một bữa ơ* ơ... *cho tận tình... ờ* (hò Mỹ Tho, hò Bến Tre).

Nhưng qua tới Đồng Tháp thì: cho tận... ờ ơ ơ... tình ờ...

(Đồng Tháp đặc biệt chỗ đó).
Tất cả những cái đó là những cái cá biệt trong mỗi một chỗ nhưng chung quy những câu hò đối đáp trên sông, trên cạn gì cũng *căn cứ trên tiếng hát ru của bà mẹ.*
Cái cấu trúc: Hò xự xang xê cống
(Xự lên cao thành xư; xang thì già mà rung; cống thì non).
Hệ thống đó gọi là *hệ thống* điệu *Nam hơi Oán...*

XVII.- Nguyễn Văn Sâm - Người đầu tiên giới thiệu và chú giải truyện thơ *U Tình Lục*

Trong hai cuốn **Chú giải sách xưa** của Nguyễn Văn Sâm, đáng để ý nhứt là quyển *U Tình Lục* của Hồ Văn Trung mà ông đã dày công giới thiệu và chú giải (Viện Việt Học California Hoa Kỳ xuất bản, 2014).

-Về việc giới thiệu: Nguyễn Văn Sâm chép 1790 câu "thượng lục hạ bát" của truyện thơ *U Tình Lục*, kể cả bốn bài thơ Đường luật thất ngôn bát cú xướng-họa giữa Lê Tấn Nhơn và Triệu Luân. Ông cho biết chép từ bản gốc truyện thơ in năm 1913: "người đọc có thể dò kiểm lại theo bản in xưa năm 1913" (tr.203), nhưng không ghi rõ nơi và năm xuất bản. Do một cơ duyên, lúc phụ trách Tòa soạn tạp chí *Nghiên Cứu Văn Học*, tôi được đọc một bản *U Tình Lục*, một truyện thơ gồm 1790 vần thơ lục bát (không kể 4 bài thơ Đường luật thất ngôn bát cú xướng-họa của các nhân vật), được *Hồ Văn Trung viết năm 1909 và do "Imprimerie F.-H. Schneider" in năm 1913, "nouvelle édition"*; nơi trang hai có lời đề tặng như sau:

À mes deux amis P.D. Thiệu et Đ.T. Phong,
Je dédie ce poème.
Sàigòn, Trung thu 1909
Hồ Văn Trung

Tôi rất đồng ý với Võ Võ Văn Nhơn qua nhận định: "U Tình Lục chịu nhiều ảnh hưởng từ Truyện Kiều của Nguyễn Du và cũng rất gần với Lục Vân Tiên của Nguyễn Đình Chiểu trong mọi phương diện như đề tài, ngôn ngữ nghệ thuật, bố cục, khuynh hướng tư tưởng". Tuy nhiên tôi muốn nói thêm: ***U Tình Lục* chẳng những chịu ảnh hưởng *Truyện Kiều* và *Lục Vân Tiên* mà còn rất gần với *Song Tinh Bất Dạ* của Nguyễn Hữu Hào**

về mọi phương diện. Bởi lẽ ***Truyện Song Tinh có trước Truyện Kiều và có trước hàng trăm năm.*** Vấn đề đặt ra là Truyện Song Tinh/Nguyễn Hữu Hào đã ảnh hưởng đến Truyện Kiều/Nguyễn Du, hay ngược lại? Ước mong các bậc thức giả lên tiếng để nghi vấn nầy được sáng tỏ. Chúng tôi cũng tin rằng một khi *U Tình Lục* chịu ảnh hưởng *Truyện Kiều* thì đương nhiên phải chịu ảnh hưởng của *Truyện Song Tinh*.

- **Về việc chú giải U Tình Lục**: Đây là công việc bạc bẽo khô khan, đòi hỏi nhiều thời gian, công sức và niềm đam mê không ngừng nghỉ của Nguyễn Văn Sâm. Như kiếp tằm vẫn cứ nhả tơ phục vụ cho đời. Tuy vậy, nó cũng có nhiều điều thú vị và hấp dẫn, ít ra đối với người có tâm huyết muốn mang một "thông điệp" gởi tới người đọc. Cái thông điệp đó là việc giới thiệu một tác phẩm hoàn toàn Việt Nam, xuất hiện ở vùng Đất Phương Nam, mô tả con người với đầy đủ cá tánh, bản chất Nam Kỳ Lục Tỉnh trong buổi giao thời Cũ-Mới. Nguyễn Văn Sâm chú giải *Kể Chuyện Tình Buồn* với *lời lời châu ngọc*, trước và sau ông không ai có thể làm hơn được. Với lòng mong muốn viên ngọc "*Kể Chuyện Tình Buồn*" được sáng rỡ, tôi chỉ làm cái việc phủi những hột bụi bám nhỏ li ti một cách tự nguyện với tất cả thành tâm thiện ý, qua một vài góp ý nho nhỏ...

XVIII.- Nguyễn Vy Khanh với *"Văn Học Quốc Ngữ Thời Đầu & Miền Nam Lục Tỉnh"*

Theo lẽ thường, một tác giả viết về nơi mình xuất thân, về các tác gia có gốc gác tại địa phương của mình, dầu rằng hết sức trung thực, với tinh thần nghiêm cẩn khách quan vẫn bị ngộ nhận là mang nặng đầu óc địa phương, phe nhóm. Nguyễn Vy Khanh không phải xuất thân từ Lục tỉnh nhưng đã mạnh dạn nói thay cho người dân Nam Kỳ *chánh hiệu* về nỗi đau đáu khôn nguôi: "*Cả một thế hệ văn học bị bỏ quên*" *(tr.89)* qua tác phẩm ***"Văn Học Quốc Ngữ Thời Đầu & Miền Nam Lục Tỉnh"*** (Nhân Ảnh xb. 2021).

Để tránh bị hiểu lầm là phân biệt vùng miền, kỳ thị địa phương, tác giả đã biện minh: *"Văn-học là một phần quan trọng của văn-hóa và lịch sử một dân tộc và phê bình, nghiên cứu đặc tính địa lý được nhiều nhà phê bình văn học Âu Mỹ xem trọng"*, và *"chúng tôi làm công việc văn-học sử, mục-đích phân tích và nhận định, chớ không nhắm kỳ thị địa phương hay đề cao, hạ giá tác-giả nào cả!"* (tr.11). Nguyễn Vy Khanh đã "nhứt quán" trong việc khẳng định "miền Nam đi trước", mọi lãnh vực đều "khởi sự/khởi xướng ở miền Nam": Từ báo chí, tác phẩm văn xuôi, tiểu thuyết rồi thơ, thơ mới, dịch thuật (đặc biệt truyện Tàu) đến văn nghệ kháng chiến, tự truyện, kịch nói, … nhứt nhứt đều bắt đầu tại Miền Nam Lục tỉnh bằng dẫn chứng xác đáng của mình với tinh thần nghiêm cẩn khoa học với ước vọng sẽ làm hài lòng đông đảo độc giả khó tánh và kỳ thị địa phương. Tuy nhiên ông đã vô tình *bỏ quên* khi phân loại ba dòng văn học tại miền Nam (giai đoạn **Văn Học Miền Nam 1954-1975)**, trong đó có một [dòng] thuần Nam - cụ thể là đã liệt kê 10 tác giả *"từ Trương Vĩnh Ký qua Hồ Biểu Chánh đến Phi Vân, Bình-Nguyên Lộc, Sơn Nam, Vương Hồng Sển, Trang Thế Hy, Lê Xuyên, Phương Triều, Thanh Việt Thanh"* (sách đã dẫn, tr.92) mà không nhắc tới nhà sưu khảo Nguyễn Bá Thế. Thật ra trong điện thư gởi cho chúng tôi ngày 22/10/2022, nhà phê bình Nguyễn Vy Khanh đã viết: *"Tôi không bàn đến thời 1954-75, chỉ là nhắc qua loa ở phần đó, các trang 91+… Khi phân chia các khuynh hướng thì chỉ là gợi ý và thiên về văn-chương hơn là biên khảo. Nếu nhắc tên ông NB Thế thì phải dài dòng cả mấy chục danh xưng khác"*.

XIX.- Tăng Hưng và nghệ thuật Thư-Ảnh

Đông Hồ là ông tổ của nghệ thuật "viết thư pháp Việt" và Tăng Hưng là truyền nhân của thầy Đông Hồ. Nhưng "đệ tử chân truyền" Tăng Hưng chẳng những viết thư pháp Việt với "tay Tiên nắn nót chữ Thần" như thầy mình mà còn kết hợp một cách sáng tạo giữa *nhiếp ảnh* và *viết thư pháp* để tạo thành một tác phẩm nghệ thuật: Nghệ thuật Thư-Ảnh.

Nguyễn Văn Sâm trong bài "Bóng Đông Hồ Trong Nghệ Thuật Thư-Ảnh" đã nhận xét tinh tế: *"Nhìn chữ viết, tôi nhớ tới những bức thư pháp tiếng Việt của Thi sĩ Đông Hồ treo ở quán sách Yiễm Yiễm Thư Trang trên đường Kitchener đầu thập niên 50 (...) Tôi gọi đó là **thư pháp Đông Hồ**. Loại chữ viết ngó vô là biết nét chữ Đông Hồ, cao ốm thon thon của nét xuống chữ **g**, chữ **y**, của nét lên chữ **h**, chữ **l**. Để cho nét thư pháp của mình đặc* *biệt hơn, Đông Hồ cho những nét cong của chữ* ***n, d, đ*** *được kéo xuống nhiều, và ngòi bút lông được điều khiển sao chữ đều đặn mà như bay nhảy. Phân tích sự yêu chuộng trong nét thư pháp Việt, chắc ai cũng đưa ra đặc tính thanh thoát, dễ đọc, không cầu kỳ để người xem phải bóp trán giải bài toán khó".*

(Nguồn:https://sangtao.org/2017/05/05/bong-dong-ho-trong-nghe-thuat-thu-anh/#more-95605)

Trong số đông môn sinh theo học chứng chỉ Văn chương Quốc âm với thầy Đông Hồ tại Đại học Văn Khoa Sài Gòn, chính Tăng Hưng đã thừa hưởng cái tinh hoa của thầy mình để "mở đầu cho một nghệ thuật mới". Hãy nghe anh giãi bày về kinh nghiệm và khó khăn gặp phải: "*Ảnh chụp và Thi Ca, không có thứ nào trội bật hơn thứ nào, chúng "hòa điệu sống" để thoát ra khỏi chính mình và tạo nên một tác phẩm mới (...) Có hai trường hợp: Hình chụp được rồi đi tìm thơ, nghĩa là khi chụp được một số hình ảnh đẹp đắc ý thì sau đó phải cố lục lọi tìm thơ thích hợp để đưa vào. (Chụp hoa súng có chuồn chuồn đậu, tìm mãi mới được câu ca dao miền Nam tương ứng. Chụp cảnh Sông Hương Núi Ngự có con thuyền, nghĩ mấy tháng mới đưa được câu thơ của Hàn Mặc Tử vô. Ngược lại, thấy câu thơ bài thơ hay ho của ai đó, mình đắc ý thì phải cố gắng săn tìm, chụp thật nhiều ảnh, chọn lựa đến khi vừa ý mới đưa thơ vào (số 13, Áo Trắng Bay, v.v...*" (Nguyễn Văn Sâm, nguồn đã dẫn. Victorville, CA, May 03, 2017).

Tôi vô cùng ngưỡng mộ một bạn đồng môn lại cùng là môn sinh của thầy Đông Hồ tại Đại học Văn Khoa Sài Gòn. Ngoài đời anh Tăng Hưng là một người hiền lành dễ mến, dễ gần gũi, nụ cười hoà ái luôn nở trên môi khi giao tiếp. Mặc dầu tuổi đời xấp xỉ cửu tuần, người cựu giáo chức dạy Quốc văn với vóc dáng thon nhỏ, chiều cao khiêm tốn nhưng vẫn năng nổ, tích cực phục vụ cộng đồng. Trong các sinh hoạt của Hội Giáo chức Québec, anh đã miệt mài ghi lại những tấm ảnh đẹp và có ý nghĩa. Trong bài "Mừng Ngày Vui Hai Bạn Hữu Quyền & Thy Thảo", tôi có viết: "*Những thước phim và hình ảnh sống động được thực hiện bởi nhà nhiếp ảnh mẫn cán Tăng Hưng - một thành viên tích cực Hội, một nhà thư pháp có tầm cỡ*". Với tinh thần phục vụ vô vị lợi, anh đã thực hiện các cuộc Triển lãm Thư-ảnh "bỏ túi" trong các kỳ Đại hội Giáo chức Québec và tặng một số quà Thư-ảnh cho các thành viên tích cực của Hội. Ngoài ra nghệ nhân Tăng Hưng còn được người đời biết đến qua các cuộc Triển lãm Thư-ảnh từ trong nước tới hải ngoại.

Trong nước, cuộc Triển lãm Thư-ảnh của anh được trưng bày tại Hội Nhiếp ảnh TPHCM từ ngày 5 đến 15/11/2006. Triển lãm nầy đã *"trưng bày **55** bức ảnh chụp các thể loại: hoa cỏ, tĩnh vật, phong cảnh thiên nhiên và chân dung con người... hòa quyện cùng những câu thơ được viết trong bức ảnh, nên có tên là Thư-Ảnh"*.

Nguồn:https://www.sggp.org.vn/trien-lam-nghe-thuat-thu-anh-cua-tac-gia-tang-hung-post19437.html.

**Hình trái:* Hình chụp được rồi đi tìm thơ: Hoa súng có chuồn chuồn đậu (tìm được câu ca dao miền Nam tương ứng).*

**Hình phải:* Cảnh sông Hương núi Ngự (tương ứng với câu thơ của Hàn Mạc Tử).*

Đáng chú ý nhứt là cuộc Triển lãm với gần **40** bức Thư-ảnh được trưng bày tại Viện Việt Học/ CA Hoa Kỳ vào ngày 6 tháng Năm, 2017. Đã có nhiều bài tường thuật khá đầy đủ về cuộc Triển lãm nầy. Ngoài Nguyễn Văn Sâm với nhận định sắc sảo, so sánh Thư pháp Đông Hồ và Thư-ảnh Tăng Hưng như đã dẫn, còn có Nguyễn Huy/báo *Người Việt* với bài tường thuật khá chi tiết về "một bộ môn nghệ thuật tương đối còn mới, có thể được coi như xuất hiện lần đầu trong sinh hoạt nghệ thuật tại Nam California" ...

(còn tiếp)

Nguyễn Kiến Thiết

NGUYỄN VĂN SÂM
Trả lời câu hỏi của báo Khởi Hành vì sao tôi viết văn như thế, như thế...

Thật ra khó mà biết được chính xác một quyển sách nào ảnh hưởng lên cuộc đời mình. Sách vở nó chẳng TTchịt vào trong trí não ta với những tư tưởng quyển này chồng chất lên quyển kia. Với tôi ảnh hưởng quan trọng là một giai đoạn văn học ở Miền Nam từ 1945-1950.

Tôi còn nhớ trước khi có sự xuất hiện ồ ạt của các nhà văn di cư từ Bắc vào Nam, tạo nên phong trào mới về cách viết truyện, làm thơ cũng như tạo cách suy nghĩ khác con đường có từ trước cho nhà văn và độc giả ở đây thì chúng tôi, những người sanh trưởng trong Nam đang **chịu ảnh hưởng của các nhà văn tôi gọi là những nhà văn Kháng Chiến Nam Bộ**. Đó là những Hồ Hữu Tường, Lý Văn Sâm, Vũ Anh Khanh, Thẩm Thệ Hà, Sơn Khanh, Dương Tử Giang, Việt Tha, Phi Vân, Bình Nguyên Lộc, Tam Ích, Thiên Giang, Thê Húc, Hoàng Tố Nguyên, Hoàng Tấn, Khổng Dương (dầu ba người sau này sanh ra và lớn lên ở Miền Bắc, họ vào Nam sánh sống và gia nhập làng văn trong thập niên 40).

Tôi biết đọc sách và hiểu nội dung của tác phẩm khi 11, 12 tuổi, năm 1951, 1952, lúc này các tác phẩm thuộc trào lưu Kháng Chiến Nam Bộ không còn xuất hiện nữa nhưng kết quả của nó vẫn còn. Trong "*thùng sữa*" đựng sách cũ của gia đình, không biết người nào trong họ nhà tôi để lại gần như một nửa những tác phẩm của các nhà xuất bản *Chân Trời Mới, Nam Việt, Dân Tộc, Đại Chúng, Tiếng Chuông, Tân Việt Nam* là những nhà xuất bản có số tác phẩm thiệtt là phong phú. Tôi trốn thực tế nghèo khó của gia đình mình bằng cách ngoài những giờ phải bán thuốc lá lẻ trên đường, chui đầu trong một góc nhà đọc ngấu nghiến các truyện xã hội hiện thực phơi bày bất công và tình đời ô trọc của Lý Văn Sâm, Phi Vân và say mê các hình ảnh lý tưởng cũng như những sinh hoạt tươi vui đầy nhân tính trong các truyện của Vũ Anh Khanh, Thẩm Thệ Hà, Sơn

Khanh, Hồ Hữu Tường...

Và tôi chịu ảnh hưởng của họ, của tất cả những nhà văn này. Tôi oán ghét bất công, muốn phá bỏ những bất bình đẳng khi mình lớn lên. Tôi muốn chống lại cái xã hội thối nát mình đang sống. Sau này một vài người bạn của thời sinh viên thường nói rằng *"lúc đó anh có khuynh hướng là người thiên tả"*. Thiên tả hay khuynhh hữu tôi không chú ý lắm, chỉ biết mình không chịu nỗi sự áp bức, những điều bất nhân do bọn nhà giàu như điền chủ, cai tổng, hương quản giáng lên đầu những người dân nghèo, tá điền, tá thổ.

Ghét, nhưng chưa biết làm cách nào để giải quyết những nguyên nhân sanh ra các tệ nạn này. Vài năm sau đó trong khi cắp sách đến trường, tôi thấy nhiều người cùng học tại trường bỏ đi bưng, *họ thoát ly*. Tôi không làm được chuyện đó. Có thể mình nhát, có thể tánh mình không hợp để sanh hoạt trong một tập thể với những kỷ luật có sẵn. **Xét ra tôi thấy mình không phải là người hành động.** Tôi sợ những thay đổi của cuộc sống với những người bạn mới và những hoạt động mới. Tóm lại, kiểm điểm lòng mình tôi thấy mình là người không có máu phiêu lưu, sợ chém giết và sợ chết chóc, thích đắm chìm trong tác phẩm hơn là thích hành động và chường mặt ra đời. Và tôi cứ đi học như bao nhiêu người khác, đời đưa đẩy đi dạy, tôi quên đi khía cạnh thực tế do những tác phẩm vừa kể mà chỉ chú ý đó là những tác phẩm thuần túy như các quyển thi tập, tập truyện khác chung quanh. Tôi đọc lại chúng để biết những suy nghĩ của một thời đại, những vấn đề của một thời đại hơn là tự mình mặc lấy chiếc áo nhiệm vụ *phải giải quyết vấn đề quan trọng của một thời đại* do những quyển sách đó trình bày.

Dần dần với thời gian, cuộc sống bên ngoài đổi thay. Những vấn đề đặt ra của những tác phẩm tự nhiên được giải quyết, những chuyện tá điền, những hình ảnh người phu xe nghèo khổ bị bóc lột không còn là hình ảnh tiêu biểu của xã hội trước mặt tôi nữa, chúng, nếu còn thì cũng như nắng tà dương trên đường rút lui vào dĩ vãng **của chiếu tàn**. Lý tưởng đánh Pháp để đem về độc lập cho Việt Nam cũng không còn. Chuyện quan trọng bây giờ là cuộc chiến tương tàn quốc cộng.

Đời làm thầy giáo cho tôi đi vào sách vở thực sự nhiều cơ hội hơn. Tôi khảo sát lại **Văn Chương Nam Bộ** không còn với tinh thần nóng hổi của người trai mới lớn nóng mặt vì những bất bình. Tôi coi đó là chuyện văn chương thuần túy. Và thấy mình có nhiệm vụ khác: giới thiệu giai đoạn văn chương bị bỏ quên này, một bên vô tình một bên cố ý, cho mọi người. Tôi bỏ ra nguyên đời mình sưu tập các tác phẩm của giai đoạn này. Chuyện binh lửa, chuyện vượt biên, chuyện đốt sách của một thời khiến sự sưu tầm càng ngày càng khó. Những nhà văn Kháng Chiến Nam Bộ chính họ cũng không giữ được tác phẩm mình, nên cũng không giúp được gì cho người sưu tập. Tôi chỉ làm quen được một số những nhà văn của thời đại này. **Phi Vân dễ thương**, nhún nhường, nói rằng sau Đồng Quê, Dân Quê, Tình Quê, thấy rằng mình không viết được nữa. Bối cảnh nhà quê sau này không còn phù hợp nữa. **Sơn Khanh lý trí**, cẩn thận từng chữ một trong tác phẩm, cố gắng in truyện dài còn xót lại trước đây thì tác phẩm cũng bị chìm như hòn đá ném vào mặt hồ, mất hút, bặt tăm.

Cuộc hôn nhân chính trị vội vã của một nhà văn và một tướng lãnh khiến ông tù tội sau này, mất nhiều sức khoẻ, không đối đầu được với cuộc sống ở quê người. **Thẩm Thệ Hà già yếu**, thiếu thốn, chuyện văn chương như một chuyện xa xôi từ bao kiếp trước. **Lý Văn Sâm có nhiều lửa nhiệt tình** sau khi về lại Sài gòn, bao lần hăm hở cầm bút viết lại nhưng đều không viết được gì so với chính mình nửa thế kỷ trước. **Hồ Hữu Tường vẫn chạy theo lý thuyết siêu văn chương của mình**, lập thuyết bằng tác phẩm, say mê giải thích, hướng dẫn kẻ hậu bối, nhưng nói chung ông bị "*tụt hậu*" so với tư trào văn nghệ chung cho cả Miền Nam. **Bùi Nam Tử, Hoàng Tấn, đều quá già yếu nghèo khổ, bệnh hoạn**, một người ở Sài gòn lâu nay, một người từ Hà nội vào theo chân đoàn quân tiếp quản, cả hai hiện, đang sống trong sự quên lãng của đời.

Nhưng những quyển sách của họ ngày xưa đã ảnh hưởng lên sự suy nghĩ và ảnh hưởng lên chính sự quyết định cầm bút của tôi. Viết về quê hương, viết về bất công với bất cứ hình thức nào. Nhưng dĩ nhiên càng ngày cách viết của người ta càng khác đi do khoản cách thế hệ và do xã hội đã đổi thay quá nhiều. Ngày trước đối tượng để chống phá là quân Pháp, ngày nay, thời thập niên 60 của thế kỷ 20, là quân xâm lăng Miền Bắc.

Cùng cơ bản một vấn đề bất công xã hội mà Hồ Biểu Chánh viết khác, Ngô Tất Tố viết khác, Vũ Trọng Phụng viết khác, Phi Vân viết khác, các nhà văn hải ngoại bây giờ viết khác, những người trong nước viết khác. Sự tiến bộ nằm ở đây, cá biệt nằm ở đây. Dầu sao nhà văn không thoát khỏi từ trường ảnh hưởng của những người đi trước mình. Ảnh hưởng mỗi người chịu tác dụng một cách và kết quả tinh hoa phát tiết mỗi người mỗi cách.

Cám ơn Tạp Chí Khởi Hành đã đặt vấn đề cho tôi có dịp nói về chuyện này.

Nguyễn Văn Sâm

Houston, 5.2002

Chuyện Đời Xưa, bây giờ mới hiểu rõ.

Phương Nguyên Loan

Tôi đi dự buổi nói chuyện tại Viện Việt Học cuối tuần rồi về Trương Vĩnh Ký, con người và những tác phẩm quan trọng do ba diễn giả thuyết trình.

GS Trần Văn Chi, người thường viết bài về những vấn

để văn hóa, nói nhiều về nhà văn hóa Trương Vĩnh Ký, ca ngợi những công trình của ông nầy về những quyển sách của ông, nhắc đến thời đại đặc biệt mà ông Trương Vĩnh Ký sinh sống để thấy sự khó khăn của một người làm văn hóa trong hoàn cảnh nghiệt ngã của đất nước Việt Nam trước sự tấn công của nước Pháp lúc đó đương chủ trương thiết lập thuộc địa trên thế giới. Vậy mà ông Trương Vĩnh Ký vẫn cặm cụi viết lách, tránh xa những cám dỗ giàu có, chức quyền…

GS Nguyễn Trung Quân, nguyên Hiệu Trưởng trường Phan Thanh Giản, Cần Thơ và Hiệu Trưởng trường Trung học Nguyễn An Ninh, Sàigòn trước 1975, nhắc đến hai danh nhân Phan Thanh Giản và Petrus Trương Vĩnh Ký, hai người đã mất tên trên hai trường Trung học lớn nhứt nhì của Miền Nam Việt Nam do sự đánh giá thiên lệch của những người cầm quyền hiện tại ở Việt Nam. Ông đòi hỏi hai tên trường nầy phải được lấy lại như là sự trả về giá trị đích thực của hai danh nhân miền Nam Kỳ Lục Tỉnh…

Về diễn giả chánh của buổi nói chuyện, ông Quân cho biết rằng GS Nguyễn Văn Sâm, tốt nghiệp ở Đại học Văn Khoa Sàigòn, một trường đào tạo nhiều trí thức miền Nam, rất sớm, sau đó ông được mời lại dạy ở trường nầy cho tới ngày đại biến1975 thì bị cho thôi việc.

Vượt biên bằng đường biển, ông Sâm đến Indonesia năm 1979, và vào Mỹ cùng năm, dạy học từ đó đến ngày nghỉ hưu, năm 2006. Trong thời gian dạy học cũng như trong thời gian nghĩ hưu, GS Nguyễn Văn Sâm viết truyện ngắn mô tả cảnh sống nghiệt ngã và éo le của người Việt nơi hải ngoại cũng như ở quê nhà.

Thỉnh thoảng nhà văn Nguyễn Văn Sâm viết về để tài văn học Miền Nam và phiên âm vài quyển sách chữ Nôm chưa từng được người trước phiên âm hay giới thiệu, ông thấy cần được giới thiệu lại.

Trong bài nói chuyện về Trương Vĩnh Ký, GS Nguyễn Văn Sâm đưa những hình ảnh mà ông sưu tầm được về con người Trương Vĩnh Ký, nơi ông ta chào đời, chữ ký và bút tích cũng như những tác phẩm phiên âm hay biên soạn của nhân vật lừng lẫy nầy.

GS Sâm đưa ra giả thuyết rằng Trương Vĩnh Ký là **nhà văn chống Pháp bằng đường hướng gián tiếp**, không nói thẳng ra là mình ghét người Pháp, nhưng ta suy nghĩ tận cùng thì Trương Vĩnh Ký có lý do khi cho in những đoạn văn có hơi hướng thù nghịch….

GS Nguyễn Văn Sâm nói cụ thể trong lời Tựa quyển sách Chú Giải Chuyện Đời Xưa:

'Với tỷ số 13/74 truyện loài vật, quá ít so với truyện con người nên ông Trương Vĩnh Ký có lý khi đặt tên quyển sách của mình là **Chuyện Đời Xưa** mà không phải là Chuyện Ngụ Ngôn. Nhìn chung hầu hết là chuyện về con cọp, với chuyện con cù phụ thêm: mạnh nhưng không khôn, thườngbị chúng gạt tới bị gánh nạn cũng như bị lợi dụng. Chắc chắn rằng ông Trương có dụng ý gì đó ngoài sự dạy khôn người đời, chẳng hạn như sức mạnh của thực dân Pháp không bằng trí khôn của chồn, của thỏ, của người nông phu tượng trưng cho dân Việt. Điều nầy có thể tin được nếu ta để ý đến nhiều yếu tố khác ngoài đời của tác giả, hay hành động can trường của ông khi cho đăng bài **Vè Nằm Dỏ** trên Miscellannées số 4 năm 1889 có những câu rất là nhạy cảm:

Từ ngày có giặc Lang Sa, Muôn dânthiên hạ nhà nhà đảo điên. Dân tình ai nấy ưu phiền, Sưu cao thuế nặng quan truyền vô đây. Ngày thì bồi lội đông tây, Tối thì ra dỏ, roi dây hẳn hòi…

Về ích lợi của quyển **Chú Giải Chuyện Đời Xưa** trong việc tìm hiểu đời sống người xưa cách nay một thế kỷ, GS Nguyễn Văn Sâm cho biết quyển sách ghi lại những điều lý thú mà không phải ai cũng biết vì những sinh hoạt đó ngày nay hầu như đã không còn nữa:

Ở mặt sự kiện trong truyện, tác giả (TVK) còn khéo léo cho thấy *sinh hoạt của dân chúng* hầu hết là vào đầu thế kỷ 19 nên đây là nguồn tư liệu dồi dào về những chi tiết của cuộc sống dân ta mà gần như ngày nay không thể thấy, không thể hiểu cho tường tận do sự thay đổi của xã hội (ăn ong, ăn bánh lớ, cái chày mổ, đèn ló của ăn trộm, mõ ống, sư làm đám, hầm bắt cọp, bắt chồn, tục mai dong, tục ở rể, thách cưới, ăn chè trưa, thầy pháp trừ tà…).

Sách viết hơn trăm năm trước, bằng tiếng dùng hằng ngày của dân miền cực Nam nên chắc chắn là khó hiểu với phần đông người đọc hiện giờ. Sự giải thích những từ nầy là cần thiết nên quyển sách **Chú Giải Chuyện Đời Xưa** của Trương Vĩnh Ký có lý do để ra đời. Bản đánh máy được cẩn thận dò theo bản in năm 1914 được phóng lớn để tránh sơ sót và có thể đính chánh một vài trường hợp chữ in sai của bản in 1914.

Tóm lại, buổi nói chuyện ở Viện Việt Học, không phải là một buổi ra mắt sách, nhưng tôi thu lượm được nhiều điều bổ ích về con người của Trương Vĩnh Ký cũng như nhiều điều tôi chưa biết về một quyển sách của cụ Trương.

Mong rằng trong tương lai sẽ có những cuộc nói chuyện như thế về các đề tài khác, chẳnghạn như Tôn Thọ Tường, Phan Văn Trị, Nguyễn An Ninh, Hồ Hữu Tường … ở tại các cơ sở văn hóa như Viện Việt Học, Thư Viện Việt Nam, Thư Viện Việt Nam Toàn Cầu…

Phương Nguyên Loan *Tháng 9, 2017*

Dấu ấn văn hóa truyền thống trong truyện ngắn của nhà văn Nguyễn Văn Sâm

Nguyễn Thị Bích Đào

Nhắc đến GS Nguyễn Văn Sâm, người ta biết ông nhiều trong cương vị một nhà giáo, nhà nghiên cứu, nhà sưu tầm, dịch thuật, khảo cứu di sản Hán Nôm và văn học Nam Bộ hơn là nhà văn, nhà thơ. Điều này không phải do sáng tác của ông chưa chín, mà có lẽ chính sự đóng góp quá lớn của ông ở mảng khảo cứu, dịch thuật Hán Nôm đã làm che khuất những tác phẩm văn chương giá trị của ông.

Bên cạnh hàng chục công trình biên khảo, dịch thuật, chú giải chữ nghĩa Hán học trong các tác phẩm Nôm, GS Nguyễn Văn Sâm còn là tác giả của hàng trăm truyện ngắn, với nhiều chủ đề, nội dung, không gian văn hóa, thời gian văn hóa khác nhau. Và dù, các tác phẩm của ông có chủ đề, nội dung phong phú nhưng hầu như tất cả cùng chung một giọng văn đậm chất Nam Bộ. Đọc văn của Nguyễn Văn Sâm gợi chúng ta nhớ tới giọng văn của Hồ Biểu Chánh, Sơn Nam, Trang Thế Hy, Nguyễn Quang Sáng... Và hơn thế nữa, ở đó là một tấm lòng thiết tha với văn hóa cổ truyền, với quê hương, với giống nòi. Như vậy, ngỡ sáng tác và nghiên cứu là hai mảng đối lập trong sự nghiệp văn học của GS Nguyễn Văn Sâm, song thiết nghĩ, cả hai mảng đều có sự liên kết thống nhất, quán thông tôn chỉ, mục đích, tư tưởng của ông là bảo tồn vốn văn hóa truyền thống của dân tộc.

Sài Gòn xưa qua những áng văn chương, báo chí thường được thể hiện qua hai mặt: một mặt hoa lệ, pha trộn nhiều nền văn hóa ở trung tâm và một mặt thuần túy văn hóa truyền thống Việt Nam, thường ở những vùng ngoại ô. Và với Nguyễn Văn Sâm, khi cảm thức về Sài Gòn xưa, ông thường chú ý nhiều ở mặt thuần túy tính cách văn hóa Việt Nam, như là một cách lưu giữ nét sinh hoạt truyền thống trong truyện ngắn của mình. Trong *Biển trời lai láng*, ông viết: “*Điều dễ thương đối với tôi cũng bình thường thôi. Thường là những căn nhà ở vùng Bà Chiểu, Thủ Đức, ba gian hai chái, vách bổ kho, mái ngói âm dương, cột danh mộc tròn lên nước bóng lưỡng dựng chững chạc trên từng tảng đá xanh vuông vức, trong nhà đối liễn vẫn còn treo trên những vị trí trang trọng. Hay một cái bàn “ông Thiên” giữa trời thường thấy ở vùng Giồng Ông Tố với hình ảnh người chủ gia đình, lúc vừa chụp tối, bận áo bà ba hai tay chấp nắm nhang xá xá bốn phương trời. Hoặc một cái gáo dừa gắn cán dài úp trên lu nước dựng ngoài mái hiên bắt gặp thường xuyên từ khoảng Cầu Hàn đổ ra đến nửa đường đi Nhà Bè hay từ phía Phú Lâm đổ lên Gò Đen. Có những hình ảnh nhỏ hơn và tầm thường hơn như tiếng võng đưa kẽo kẹt vào lúc giữa trưa trời đứng gió. Võng phải treo phía trên một cái giường tre khập khễnh mới đúng điệu, hòa hợp với cảnh trí xa xa là một bụi tre mà ngọn và tất cả lá đều đương đứng im lìm trầm ngâm ngó trời như thường thấy ở xóm Cầu Tre trước đây…*" (Trích *Biển trời lai láng*). Qua cách tả khá chi tiết, với lời văn dung dị, dễ dàng cho người đọc hình dung đến một không gian sinh hoạt Sài Gòn ngoại ô xưa: một nét đẹp hài hòa cả về văn hóa vật chất lẫn văn hóa tinh thần.

Xưa Xuân Diệu từng nói: "*Ai đem phân chất một mùi hương*"! Làn hương - tác phẩm văn chương không ai có thể phân tích tính chất và định lượng hay dở rạch ròi. Viết thế nào là hay, viết thế nào là dở, còn tùy thuộc vào "*tầm đón đợi*" của người đọc. Nhưng có một điều chắc chắn rằng, đã là "*văn chương tử tảo*" thì nhất định phải đẹp, phải thơm – như làn hương mà Xuân Diệu nói, không ai có thể phân chất được, nhưng có thể lan tỏa khắp đến mọi người. Cái đẹp, cái hương thơm trong truyện ngắn của nhà văn Nguyễn Văn Sâm mà chúng tôi muốn nói đến ở đây chính là nơi lưu giữ và giáo dục luân lý và đạo đức làm người. Có thể lấy tình yêu cao cả, bao dung của người từ mẫu trong truyện ngắn *Chuyện mẹ nhân ái* làm ví dụ. Chúng tôi xác tín rằng, chính tình mẹ thiêng liêng trong truyện ngắn này sẽ giúp làm thức tỉnh trái tim của biết bao người con mê lầm: "*Tôi nghiệm ra rằng, má ta là Đức Bồ Tát của ta, là sự Từ Bi rót lên đời ta ngay từ lúc mới sơ sanh để ta sống sót. Phật Bà nói chung là má của tất cả mọi người. Má của người nào là Phật Bà mà chỉ có đứa con mới cảm nhận được thôi. Gần đất xa trời tôi mới cảm nghiệm được chơn lý đơn giản nầy. Tiếc quá! Tiếc nhưng biết làm sao hơn, nhân loại sanh ra để va vướng vào những mê lầm muôn thuở mà dầu ta có học xong bài học và được phép mầu làm cho trẻ lại nhiều lần đi nữa thì cũng mắc mê lầm lại y chang như cũ, cũng hờ hững và không thấu được lòng mẹ bao la.....*" (Trích *Chuyện mẹ nhân ái*).

Tình yêu là vấn đề muôn thuở của nhân loại. Những câu chuyện lịch sử đúng sai của ngàn đời, như Dương Thận nói, "*cũng chỉ rút lại vào câu chuyện phiếm bên chén rượu*" ("Cổ kim đa thiểu sự,/ Đô phó tiếu đàm trung"). Cái còn đọng lại muôn đời là tình yêu: Tình yêu giữa người với người và tình yêu lứa đôi. Trong truyện ngắn *Ao Bà Om cạn nước*, Nguyễn Văn Sâm đã cổ động cho chúng ta thêm niềm tin yêu vào tình yêu thủy chung, son sắt. Qua hình ảnh ao Bà Om cạn nước, tác giả đã gửi gắm vào đó thông điệp: tình yêu trong mạch đập trái tim con người còn cao hơn cả lời thề, bền bỉ trường cửu hơn cả sự biến thiên của tạo vật. Dù cho người xưa có tin vào sự bất biến của thiên nhiên để lấy đó làm điểm tựa cho lời thề rằng: "*Chừng nào cạn nước Ao Vuông/ Ngập chìm Long Trị mới buông lời thề*", thì đến khi cái ao vuông – tức ao Bà Om đó có thật sự cạn đi chăng nữa, thì tình yêu xuất phát từ trái tim vẫn vẹn nguyên, thuần khiết.

Ngôn ngữ, hay nói cách khác, tiếng nói chính là văn hóa, là máu thịt của một xứ sở, một con người. Không phải ngẫu nhiên mà bất cứ ai cũng xúc động cõi lòng khi đọc câu thơ: "*Thiếu tiểu ly gia lão đại hồi/ Hương âm vô cải mấn mao tồi*" (*Tuổi trẻ ra đi, già mới về/ Dù râu tóc đã bạc, nhưng giọng quê vẫn không đổi*) của Hạ Tri Chương đời Đường! Thiết nghĩ, "giọng quê vẫn không đổi" trong truyện ngắn của nhà văn Nguyễn Văn Sâm (dù sau bao nhiêu năm bôn ba nơi xứ người), cũng chính là dụng ý của tác giả. Qua truyện ngắn của mình, Nguyễn Văn Sâm đã lưu trữ, bảo tồn được rất nhiều phương ngữ Nam Bộ. Có thể kể ra như: "*chút xíu*", "*ngó qua*", "*bắt mắt*", "*ẩu xị*", "*nhón chưn*", "*giựt*"... Ngoài việc sử dụng lời ăn tiếng nói hằng ngày của người Nam Bộ, nhà văn Nguyễn Văn Sâm còn luôn "*tìm cách*" đan cài những câu phong dao, ca dao Nam Bộ vào trong tác phẩm của mình, như:

"*Mẹ mong gả thiếp về vườn/ Ăn bông bí luộc dưa hường nấu canh*"; "*Rực vàng bông bí sau vườn/ Thương em không dám leo tường cũng leo*"; "*Bông bí vàng lườm trong chùm xanh lá/ Anh ngắm em hoài sợ má em la*"; "*Bụng dài như trái bí đao/ Nằm không ăn mãi ruộng sào cũng bay*" (trong truyện *Ca dao tập tàng*);

"*Bần gie đom đóm đậu sáng ngời/ Lỡ duyên tại bậu trách trời sao đang*" (trong truyện *Ao Bà Om cạn nước*);....

Có thể nói, GS Nguyễn Văn Sâm là người đa tài và thành công trên nhiều cương vị. Và dù ở cương vị nào, GS Nguyễn Văn Sâm cũng nhất quán một mục tiêu là giữ gìn văn hóa truyền thống của dân tộc. Chúng tôi mạn phép nghĩ rằng, yêu nước có nhiều cách, song yêu nước qua việc tìm về cội nguồn dân tộc, giữ gìn và chấn hưng văn hóa truyền thống có lẽ chính là tình yêu nước sâu sắc nhất!

Các nhà nghiên cứu trước đây khi viết về GS Nguyễn Văn Sâm, đều dành cho ông những mỹ từ trang trọng. Chẳng hạn, TS Hoàng Kim Oanh xác định vị trí đáng kể của ông trong dòng chảy văn chương Nam Bộ qua bài "*Nguyễn Văn Sâm và dòng chảy văn chương Nam Kỳ Lục Tỉnh*"; TS Nguyễn Văn Trần gọi ông là "*Người giữ hồn dân tộc*"; Nhà nghiên cứu Phan Tấn Hải tôn ông là "*Người giữ hồn của nước*";... Riêng tôi, dù chưa có vinh dự được GS đứng trên bục giảng dạy cho buổi nào, nhưng tôi luôn cung kính gọi ông bằng Thầy – chữ Thầy viết hoa. Bởi tôi học tập ở ông rất nhiều, không chỉ qua những công trình khảo cứu và dịch thuật Hán Nôm mà còn học tập thái độ làm việc cần mẫn, vô vụ lợi của một nhà nghiên cứu văn hóa truyền thống và một nhà văn đúng nghĩa "*nhà văn*" – rút ruột nhả tơ ra những áng văn chương nhằm chuyên chở những giá trị văn hóa truyền thống, tô điểm cho đời thêm lấp lánh, ngát hương.

Nguyễn Thị Bích Đào
(Trung tâm Nghiên cứu Quốc học)
20-5-2023

Điểm sách "Quê Hương Vụn Vỡ" của Nguyễn Văn Sâm.

Hoàng Nhất Phương

Trong trái tim của mỗi người mặc nhiên cưu mang tình yêu quê hương - một tình yêu không thể nào cắt nghĩa được nhưng rất sâu đậm. Khi còn thơ ấu, đọc qua những bài học lịch sử người dân Việt ai cũng xao xuyến và hết sức ngưỡng mộ lòng yêu nước của tiền nhân. Từ đó quê hương giống hệt vòng tay của người mẹ ân cần ôm ấp, che chở đàn con. Biên giới địa lý rào chắn chung quanh lãnh thổ chính là gia đình chung, của những người sinh ra và lớn lên trong cùng một tổ quốc. Chiến tranh bộc phát, quê hương bị du vào định mệnh khắc nghiệt. Chiến tranh biến thị trấn, thôn trang thành vùng hỏa tuyến. Không thể kể hết những phế tích mà chiến tranh để lại trong từng khu phố, từng quận lỵ, từng xóm làng. Những nơi xưa kia là vùng định cư sầm uất, phồn thịnh, náo nhiệt, một sớm một chiều bị bom đạn phá tan thành bình địa hoang vu. Sau chính biến ngày 30 tháng 4 năm1975, nhiều người dân Miền Nam Việt Nam dù không muốn cũng phải bỏ quê hương ra đi. Vốn liếng tình cảm thiêng liêng của một đời người gửi gấm cho quê hương tưởng như chỉ còn trong hoài niệm, bất ngờ hiện hiển trong tâm hồn khi nghe tiếng chửi của bà hương giáo Hải, *"ngọt như tiếng ca của mấy cô danh ca Ba Bé, Tư Sạng trong đĩa hát Asia…"*

"Cao cao chi tổ, viễnviễn chi tông, thúc bá đệ huynh, cô nhi tỷ muội nhà bây ra nghe tao chửi thơnè...' Tư bề yên lặng. 'Sóng bủa thuyền câu lướt dập, nhà xập bìm bìm leo, đéomẹ tổ… chó đẻ nó cũng leo theo...Tổ cha ông bà nó...chơi với khỉ, khỉ vỗ đít,chơi với con nít, con nít lờn mặt, không bằng tuổi lẻ của tao mà bây bày đặtnói ra nói vô để gia đình tao hục hặc xáo xào…"

"Mỗi lần bà Hương trổ tài là mỗi lần tôi và bàn dân thiên hạ ở đây khoái chí tử: Vừa giải trí vừa đổi thay không khí nhàm chán của một nếp sống trầm trầm - trong vùng đất nhỏ bằng bụm tay

lọt giữa con sông rộng - kéo dài trước đó. Sồn sồn người nhưng du dương giọng, bà Hương có tiếng chửi không khác mấy tiếng hát ru em trưa nắng, mùi mẫn như bài ca dạ cổ hoài lang từ phu tướng lên đường, đã điếu còn hơn nghe mấy con nhỏ xóm dưới kéo vuốt lên cao ngất, nhọn lễu như kim chích nhè nhẹ, nhột nhột vô tim, lăn tăn tới từng sợi dây thần kinh trên khắp cùng thân thể, mấy tiếng chót của một câu hò ruột. Nói có hơi quá, nhưng còn khoái hơn nghe trai gái mèo mỡ đối đáp trửng giỡn lúc giã gạo đêm trăng." (*Như Nước Trong Nguồn*)

Cả một làng quê thoải mái cười khi nhắc đến tài chửi đầy vần điệu của bà hương giáo Hải, của một thời sông nước bình an. Những địa danh quen thuộc như Sài Gòn, Ông Tạ, Cầu Ông Lãnh, Mỹ Tho, Tây Ninh, Bến Tre… Những nhân vật bình dân như bà hương giáo Hải, thằng Quang, con Nhàn, con Bông, anh Bảy Nhành, Tư Chịu, Út Chột, thằng Đẹt, thằng Hai Biệt Động Quân, thằng Ba du kích, con Út vượt biên…Những hình ảnh quen thuộc như chiếc xe thổ mộ, những người lính Việt Nam Cộng Hòa, những người thương phế binh điển hình là chú Tư Cụt, những tay anh chị như "thằng Tư mặt thẹo" - một kẻ bắt chó chuyên nghiệp từng tuyên bố "*mỗi ngày phải đập đầu chừng một chục con thì uống rượu mới ngon…*" (Người Đổi Chó) Tất cả đều được mô tả trong tuyển tập "Quê Hương Vụn Vỡ,"làm sống dậy khung cảnh của xã hội Việt Nam trước và sau năm 1975. Ai cũng biết trước ngày 30 tháng 4 năm 1975, người dân lao động Miền Nam Việt Nam sống đạm bạc, tuy không giàu sang nhưng có đủ ngày ba bữa ăn. Sau năm 1975 chính thể và hoàn cảnh đất nước thay đổi, một số người dân phải bỏ xứ sở ra đi, trong đó có những quân nhân những công chức bị chế độ mới bỏ ra ngoài "*biên chế*," dòm ngó kiểm soát gắt gao. Những người còn lại là sĩ quan hay công chức cao cấp của Việt Nam Cộng Hòa phải đi học tập, bị đối xử nghiệt ngã, bất công; nhiều người đã chết trong những trại giam của chế độ cộng sản. Dân chúng ở thành thị cũng như thôn quê đều khốn khó vì những lần đánh tư sản, đổi tiền, trưng thu nhà đất khốc liệt; nhiều người bị bắt giam vì can tội làm dân oan khiếu kiện, rồi chết vì kiệt sức.

Giáo Sư Nguyễn Văn Sâm sinh năm 1940 tại Sài Gòn. Ông từng giảng dạy tại các trường Nguyễn Đình Chiểu - MỹTho, Pétrus Ký, Đại Học Văn Khoa Sài Gòn, và các trường Đại Học Vạn Hạnh; Đại Học Cao Đài; Đại Học Hòa Hảo, Đại Học Cần Thơ. Ông định cư tại Hoa Kỳ từ năm 1979, vẫn sống bằng nghề dạy học, cộng tác với các tạp chí Văn, Văn Học và các tạp chí Việt Ngữ của người Việt hải ngoại. Trước năm 1975 ông chuyên viết về biên khảo văn học. Các tác phẩm đã in "*Văn Học Nam Hà [1971-1973], Văn Chương Tranh Đấu Miền Nam [1969], Văn Chương Nam Bộ và Cuộc Kháng Pháp [1972].*" Sách in tại Hoa Kỳ"*Câu Hò Vân Tiên [1985], Ngày Tháng Bồng Bềnh [1987], Khói Sóng Trên Sông [2000]...*" Những năm sau này Giáo Sư Nguyễn Văn Sâm chuyên nghiên cứu cáctuồng hát bộ, truyện thơ viết bằng Chữ Nôm chưa từng được phiên âm - nguyên bản hiện còn đang nằm trong các thư viện lớn tại Châu Âu, như: "*Tam Quốc Diễn Nghĩa, Lôi Phong Tháp, Sơn Hậu Diễn Truyện, Trương Ngáo*"…v.v

Tuyển tập "*Quê Hương VụnVỡ*" của Giáo Sư Nguyễn Văn Sâm gồm 20 truyện ngắn viết theo thể loại hồi ký, do Viện Việt Học phát hành năm 2012 với chủ đề quê hương và dân tộc, dẫn đưa độc giả trở về thời quá khứ của Miền Nam Việt Nam bằng những câu chuyện vẫn còn ghi đậm dấu ấn trong tâm hồn tác giả. Hình ảnh những ngôi chùa thời thơ ấu,kỷ niệm về "*cái cốc của sư bác,*" lời giảng dạy hành phải đi đôi với hạnh nguyện Bồ Tát; âm vang của làn điệu "*nói thơ ca vè*"; tiếng rao bán chó, tiếng chửi thề trong khu xóm lao động... được mô tả bằng nghệ thuật tả chân với giọng văn đặc sệt "*miệt vườn*" của người lục tỉnh. Câu chữ tự nhiên, nhiều chỗ sai chánh tả vì ghi lại theo lối phát âm của các nhân vật, càng khiến tình tiết của từng câu chuyện thêm chân thực, sinh động. Chẳng hạn như đoạn mô tả lò làm bánh tráng sau đây:

"Đi qua một lò làm bánh tráng, làm bún mùi chua nồng vậy mà còn dễ thở hơn đi ngang qua chỗ làm lạp xưởng, hay làm đồ lòng, ở đây ruồi vô số và mùi thịt thúi bay dính vô quần áo đi xa cả cây số mùi vẫn còn phưởng phất, ác nhứt là mùi thứ nước màu đỏ đỏ họ dùng để tẩm ướp thịt, nghe như mùi sơn ở cái trại hòm, làm mình liên tưởng đến mùi người chết để qua ngày hòm bị xì. Đi qua chỗ làm nước tương thì còn ghê hơn, thùng bọng chất tràn đầy ra tới sân, chất đen ngòm đó được sang qua sớt lại, được vô chai vô thùng, thường là không bao giờ được rửa cẩn thận hay khử trùng, tẩy uế, giòi bọ đầy đất.(Người Đổi Chó)

Đọc xong rồi độc giả vừa thích thú vừa sợ hãi, như tận mắt chứng kiến cảnh tượng *"ghê rợn"* nói trên. Cách viết-như-nói và sử dụng những thuật ngữ địa phương *"một lúc hèn lâu, phủi đít cái rẹt, độ chừng ăn dập bã trầu, dằn ba hột cơm chiên hồi tưng bửng sáng, quơ đại quơ đùa,"* hay những hình ảnh *"ông bà già cúp bình thiếc, tô cơm bự chảng, quẹt mỏ, lỗ mũi ăn trầu cái đầu xỉa thuốc,"* càng làm nổi bật tâm tánh và sinh hoạt đời thường của người Miền Nam. Những từ láy như *"bự xộn ,lẽo lự, tòn ten, kẽo kẹt, lu lú, xa lơ xa lắc, lạ lạ, hay hay, xứ lai xứ đế "*…v.v… trở thành tiếng nhạc đồng quê ngân dài trong *"Quê Hương Vụn Vỡ."*

Bên cạnh những hồi ức về đất cũ người xưa, *"Quê Hương Vỡ Vụn"* còn là khúc ca thương cảm của một người cao niên, nhận biết nỗi buồn tha hương của bản thân khi đứng trên bến bờ hiu quạnh, khi chứng kiến cái chết của người thân, của bằng hữu tại đất khách quê người, khi thấy rõ những mê lầm, sự phân biệt giai cấp, giàu nghèo, đã làm hại đời của người ta. Tác giả cũng vạch ra chuyện tranh chấp vùng lãnh hải ở Biển Đông, đã tạo thành *"những hố chưn voi*" chia cắt người Hoa và người Việt - những người từng chung sống nhiều đời. Tất cả những điều ấy đã vụn vỡ tan nát, hay chỉ là những mảnh loang lổ dấu đạn bom còn sót lại ở quê nhà, trong tâm hồn của tác giả và của người đọc. Nhưng cho dẫu đã lỡ mòn và tan nát, tình yêu quê hương luôn thường trú trong ký ức của những người xa quê, nhất là khi họ sống ở hải ngoại, hằng ngày phải dùng một ngôn ngữ khác để giao tiếp, không phải là "*tiếng nước tôi tiếng mẹ sinh từ lúc nằm nôi, thoắt ngàn năm thành tiếng lòng tôi, Nước ơi!*" ["*Tình Ca*", Phạm Duy]

Hoàng Nhất Phương

(5:57 am Thứ Bảy ngày 21 tháng 6 năm 2014)

Đọc "Giọt nước nghiêng mình"

Ngọc Bút

Tôi đưa quyển sách cho con trai, nói con đọc đi. Nó đọc một hai truyện gì đó, rồi nói, ngôn ngữ cũ mèm má ơi. Có vài chỗ khó hiểu nữa. Phải, ngôn ngữ "*cũ mèm*", và có vài chỗ "*khó hiểu*" nữa, ngay cả với tôi. Con tôi thuộc thế hệ của *Doraemon* rồi *Harry Potter*. Tôi thuộc thế hệ của *Hương Rừng Cà Mau* của Sơn Nam, của những truyện ngắn của Bình Nguyên Lộc trên tạp chí Hương Quê một thời xa lơ xa lắc có lẽ đã trên dưới 60 năm. Cho nên tôi đã miệt mài "ôm" quyển sách trong nhiều ngày liên tục, rảnh được lúc nào là đọc, không theo thói quen con-cà-con-kê của mình.

Quyển sách có gì hấp dẫn? Chẳng có gì hấp dẫn, nếu hiểu theo nghĩa là sách của những câu chuyện diễm tình, giật gân, hay thời sự nóng bỏng. Tôi thích nó chỉ là vì qua nó tôi thấy lại bầu không khí của Nam-kỳ ngày trước và ngôn ngữ cũng đặc sệt Nam-kỳ. Chẳng hạn trong truyện **Hương Vị Đời**:

"*Chị coi, con nhỏ **lớn sộ**, thằng này có chút nhí mà tối ngày **tò vè, xẩn quẩn**. Muốn lắm nên kiếm chuyện tới lui hoài. Mà khổ, con nhỏ coi bộ **chịu đèn** mới **chết một cửa*** *__tứ__ mấy thằng trang lứa lối xóm của nó.*" (trang 37)

"*Bạn hữu thì ai **chấp nhứt** gì, nhưng xin đừng **nói chơi**, nó **nhẹ thể con người mình** đi. Hai đứa cúi đầu **mạnh ai nấy ăn**, không khí tuy không còn **nặng chình chịch** như **hồi nãy**...*" (trang 41)

Hay như trong **Người Con Gái Của Nước**:

"*Nước đồng **minh mông san dã**, **mút mắt** không biết đâu là bến bờ. Thỉnh thoảng rời rạc lơ thơ mấy ngọn dừa **trồi lên** mặt nước vài ba tàu trên đó **đeo, đu năm sáu người** ướt như chuột lột, **té lên té xuống**.*" (trang 71)

Trong truyện **Chiếc Ba Lô Để Lại**:

"*Chết vì tài xế mua bằng nữa đó cha nội. Học **ba xí ba tú**, lái chưa rành, mót tiền quá chạy đi mua bằng, lên xe ngồi điều khiển mà không hiểu luật lại vụng về nên thường làm chết thiên hạ rồi bỏ xe lẫn trốn... chuyện này xảy ra **hà rầm***" (trang 187)

Có vô số những đoạn những câu như vậy từ đầu đến cuối quyển sách: "*Ông già ngừng một lúc* **hèn lâu**..." (trang 48); "*Rốc, trẻ nhứt bọn, **đương** nằm, tay lót dưới ót làm gối, hơi ngóc đầu dậy, **nói chõ vô** ba người ngồi...*" (trang 27); "*Mười ba tuổi nó **bự xộn, cao nhồng**, xách hai tay hai thùng nước, loại thùng dầu hôi hiệu con gà**, đi te te một hơi** tới nhà ai đó mướn đổ nước tháng...*" (trang162). Vân vân và vân vân.

Ngôn ngữ rặt Nam-kỳ xuất hiện suốt từ truyện đầu cho đến truyện cuối, nhưng không phải tất cả mười chín truyện trong tập **Giọt Nước Nghiêng Mình** đều là chuyện của quá khứ, mà còn có chuyện của hiện tại và chuyện của tương lai (được tưởng tượng), nếu lấy cái mốc từ năm 1975 về trước là quá khứ và hiện tại là từ 1975 trở về sau cho đến hôm nay.

Trong nhiều truyện có bối cảnh quá khứ, người đọc như thấy ngay trước mắt cảnh thật (và có lẽ người thật) của

Nam kỳ và đất Sài Gòn xưa. Trong truyện **Người Em Xóm Giếng**, nhân vật ông Ba nói "*kiểu lập đi lập lại của dân nhậu*":

"*Đường Huỳnh Quang Tiên đó hả? Nói vầy cho dễ hiểu nè! Bắt đầu từ góc đường Nguyễn Cư Trinh với đường Trần Hưng Đạo nhe! Từ đó băng qua đường Trần Hưng Đạo thẳng xuống tới bờ sông Bến Chương Dương là đường Huỳnh Quang Tiên. Tôi nói là nói tên đường Việt Nam có sau thời Pháp chớ nói tên đường trước đó [...] thì anh em còn bù trất hơn nữa!*" (trang 155)

Mấy con đường đó thuộc quận 1. Cũng trong truyện trên, nhân vật Tín nhắc tới một địa danh quen thuộc khác bây giờ thuộc quận 4 và quận 7:

"*Tôi về thẳng bên Tân Qui Đông. Lúc qua bến đò Tôn Thất Thuyết, nhìn bóng mình trôi trôi trong dòng nước tôi tự an ủi rằng mình đúng, rồi má với bà em sẽ bắt em đi lấy chồng*". (trang 169)

Còn đây, trong **Chiếc Ba Lô Để Lại**, nhân vật như đang đứng thật ngoài đời ở quận 10 chứ không phải trong truyện.

"*Nếu chừng mờ mờ sáng đi tới đây, góc Nhật Tảo và Nguyễn Kim nầy, dưới gốc cây dầu bự chảng bên tay trái, thì sẽ gặp một người đàn ông còm cõi đứng phụ vợ bán bánh giò. Đó là người bạn lính trước đây cùng đơn vị của tôi ở Pleiku*". (trang 187)

Trong số những truyện gọi là của Sài Gòn ngày xưa ấy, rất cảm động là truyện **Bạn Thời Chơi Nhà Chòi**. Én và nhân vật người lính cảnh sát trẻ là bạn hàng xóm lúc còn nhỏ ở khu Vườn Lài quận 10. Lớn lên, đời mỗi người phiêu dạt một hướng. Én trở thành gái điếm ở khu Cầu Hàn quận Nhà Bè (bây giờ là quận 7). Trong một lần bố ráp, người cảnh sát nhận ra Én qua thẻ-kiểm-tra (chắc là thẻ căn-cước). Anh gọi cô lên "*thẩm vấn*" (hỏi cung) và qua đó biết được tình hình cũng như số phận những người quen ở xóm cũ. Anh cứu Én khỏi cuộc bố ráp bằng cách nói với người bạn lính khác rằng cô bị "*đau bụng-máu*" và dẫn cô ra nhà xí... Én thoát, và nhờ sự lanh lợi của mình, cô còn xin cho một cô bé 17 tuổi "*mới bị gạt bán vô động*" cũng được thoát theo cô.

Các truyện có bối cảnh hiện tại cũng rất thời-sự. Chuyện

vượt biên có truyện **Có Khi Biển Lặng**. Chuyện ông già Việt kiều già mê gặm-cỏ-non rồi bị lừa cướp hết tiền có truyện **Ở Một Nơi Tình Người Quá Lạt**. Chuyện chồng hà hiếp vợ đánh chửi vợ tục tằn có truyện Cái Vuốt Trán Vô Ngôn. Chuyện đường sá Sài Gòn ngập lụt và chuyện người lính cũ từ chối đi Mỹ theo diện HO có truyện **Chiếc Ba Lô Để Lại.** Chuyện một "doanh nhân thành đạt" kiểu mới, hãnh tiến và tự đắc một cách rẻ tiền có truyện **Xâu Chuỗi Da Voi.** Chuyện mê tín dị đoan có trong truyện **Dấu Hoa Vun Câ***y*. Chuyện tận diệt cá tôm hủy hoại môi trường có trong truyện **Người Con Gái Của Nước**. Chuyện lấy cát dưới lòng sông tạo ra những cái hàm ếch gây sụp lở bờ sông chết người ở miền Tây có trong truyện **Giữ Tròn Lời Hứa**. Tác giả sống ở Mỹ, nhưng hình như lòng vẫn lo nghĩ đau buồn vì những chuyện rất thời-sự như vậy ở quê nhà. Người đọc có thể thấy điều đó qua câu đề từ ngay trang đầu tiên của tập truyện:

"Những truyện ngắn viết trong khoảng thời gian mà những nỗi đau buồn của thời đại luôn làm trái tim chúng ta đau đớn khi phải bị bắt buộc chứng kiến hàng ngày".

Một chuyện duy nhất thuộc thì tương lai, xảy ra năm 2048, là truyện ***Lão Hát Rong Trên Bờ Biển Cạnh Đặc Khu.*** Truyện giả tưởng, nhưng thật thú vị, với chi tiết người Việt Nam "*vượt biên*" từ đặc-khu Phú Quốc của Tàu trở về Việt Nam. Phú Quốc, hòn đảo đẹp bình dị, cùng với Hòn Khoai hoang sơ và Thổ Châu cô đơn man dại gợi nhớ chuyến du khảo năm 1973 của đoàn sinh viên đại học Văn Khoa Saigon và đại học Cao Đài Tây Ninh. Chuyến du khảo trên hạm y tế Hàn Giang 401 năm đó có tác giả tập truyện *Giọt Nước Nghiêng Mình* và học trò của Thầy, kẻ viết bài này.

Giọt Nước Nghiêng Mình có những truyện rất ngắn, nhưng chứa đầy sức nặng của tư tưởng. Như nhà văn Phạm Phú Minh có nói trong Lời Tựa, nhiều truyện của tác giả hầu hết đều mang tính luận đề: truyện được viết ra cốt là để nói lên một triết lý một tư tưởng gì đó. Trong truyện cuối cùng, Paris Vẫn Đứng Vững, những người bạn tụ họp nhau trong một bữa tiệc nhỏ khi đến thăm một người bạn của họ bị thương trong vụ thảm sát do khủng bố ở Paris ngày 13.10.2015. Họ bàn về giây phút cận-tử, về cái sống cái chết và kết luận như sau:

"Chưởng trở về từ cõi khác ***trên hình thể****. Chúng ta, những người không có mặt ở sáu địa điểm bi kịch kia phải trở về từ cõi khác* ***trong tâm hồn*** *nhân sự kiện kinh hoàng vừa rồi. Câu nói của Đức mấy năm trước, khi chúng tôi bắt đầu thân nhau ù ù trong tai tôi: 'Cái chết của hồn nước trong tâm thức mới thiệt sự ghê rợn. Nó làm chết một số đông không thể đếm được.'* (trang 248). Đây là một sự liên tưởng rất đắt: cái chết trong tâm hồn một con người và những con người dẫn đến cái chết của một đất nước. Tôi nghĩ thêm: bản sắc của một con người và nhiều con người mà mất đi thì nước mất!

Trong truyện **Khói Thuốc Cả**! nhân vật Ngoạn Nguyệt cũng triết lý:

"... em học được rằng ở đời phải biết việc gì quan trọng việc gì không. Nói chung tất cả mọi chuyện rồi sẽ tan biến như khói thuốc. Biến thành không. Nhưng cùng lúc đó mọi chuyện cũng quan trọng, nó làm cho con người mình trở nên có giá trị hay tồi tệ." (trang 230)

Nhưng "*luận đề*" rõ nhất ở nhiều truyện trong tập này là những tư tưởng, triết lý, ý niệm trong Phật giáo. Người viết bài này chỉ biết lỏm-bỏm đôi ba điều về Phật pháp, nhưng cũng thấy rõ bầu không khí của từ-bi bao trùm trong truyện đầu tiên được lấy làm tựa chung cho cả tập truyện, Giọt Nước Nghiêng Mình. Ni sư trong truyện tâm sự:

"Ni ở trong chùa này một mình [...]. Quí khách thử tưởng tượng đêm vắng, không một tiếng động, chùa rộng hơn nhà thường, lại có phòng thờ các linh, nếu không đủ ***tinh tấn*** *thì dễ buồn chán biết bao."* (trang 23)

[...]

"Tiểu bang này lắm mưa, nhiều khi một mình ngồi ngó mưa rơi, ni nghĩ rằng từng giọt mưa là ***từng linh hồn con người nghiêng mình rớt xuống để nhập làm một với Đại Ngã là sông, biển****. Chết là giai đoạn hủy xác, hồn về lại nơi phát sinh. Chết sống chỉ là những giai đoạn du hành rong chơi của tiểu linh hồn."* (trang 25)

Truyện **Có Khi Biển Lặng** kể lại một chuyến vượt biên của

nhiều người trên một con tàu thường khi chỉ để chạy trên sông. Hãy nghe một anh chàng trên tàu triết lý mang hơi hướng Phật pháp, về ý niệm ***nghiệp***:

"Sống chết cả tàu là do **cộng nghiệp** *tất cả người trên tàu, không phải phước hay hung của một vài lời nói. Cộng nghiệp tức là tổng số phước trừ đi tổng số hung của từng người trên tàu. Trừ qua trừ lại còn nhiều phước thì cả đoàn thoát, còn nhiều hung thì họa tới cho cả đoàn..."* (trang 29)

Ý niệm nghiệp cũng được nhận ra trong truyện **Ông Đạo Chuối** khi Ông Đạo nói với con chó tên Tuệ của mình:

"Thôi Tuệ à! Đừng buồn nữa con. Đó là cái nghiệp của Thầy. Nếu họ không đốt chùa, thì có thể Thầy cũng bỏ chùa mà đi thôi. Tuệ có thấy thầy chớm phạm tội không vậy?" (trang 97)

Chữ ***nghiệp*** còn trở đi trở lại vài lần trong suốt truyện từ đầu đến cuối:

"... Nhiều khi con muốn nhảy liều xuống giếng, xuống sông, nhưng nghĩ bỏ lại con thơ dại trên đời thì tạo thêm nghiệp nặng khác nên nuốt nước mắt mà sống qua ngày." (trang 104)

"Tôi từ giã sư ra về mà trí như mông lung. Nắm tay con, tôi thầm nói: Sư giảng dạy nhiều nhưng đệ tử thu nhận không được bao nhiêu vì còn mang nặng nghiệp chướng." (trang 108)

Một truyện khác, **Tiếng Hát Người Tín Nữ Ni Sư**, nhân vật chính cô Nguyện phải chịu khổ nạn cả đời mù lòa và gương mặt bị tàn phá thê thảm vì nghiệp cô quá nặng: cô bị đánh ghen vì lấy chồng người khác. Ông lão, mà trong mơ màng cô tin là Phật xuất hiện đã nói với cô:

"Con dao động vì xót xa đời con nhiều chướng nghiệp. Ta biết! Nhưng chướng nghiệp người đời ai mà không có đâu con. Chướng nghiệp tới không do con tạo kiếp này thì nên quên nó và tha thứ cho người gây hại; chướng nghiệp tới do con huấn tập kiếp này thì nên thành tâm sám hối." (trang 121)

Tôi có cảm giác chữ "*nghiệp*" của Phật giáo bao trùm hầu hết tập truyện này, dù nó có xuất hiện hay không. "*Văn dĩ tải đạo*" có là khiên cưỡng lắm không khi tôi nói về quyển truyện này?

Nhà văn Sơn Nam, Ông Già Nam Bộ, xuất thân từ miền Tây, có hạt-bụi-nghiêng-mình; nhà văn Nguyễn Văn Sâm, xuất thân từ Sài Gòn, một kiểu ông già Nam Bộ khác (với tôi), có giọt-nước-nghiêng-mình. Bụi bay mông lung đâu đó rồi cuối cùng cũng nghiêng-mình rơi về đất, đất mẹ. Giọt nước nghiêng-mình trong gió bão rồi cuối cùng cũng rơi về sông, sông mẹ. Đại-ngã là đất, là sông, là biển, là quê nhà, là hồn cốt của dân tộc. Con người dù có đi trăm hướng ngàn phương nhưng nếu tận đáy lòng vẫn còn giữ được cái bản sắc cái hồn cốt ấy của mình thì chắc rằng quê hương không mất. Đây có lẽ là điều tinh túy nhất còn đọng lại trong tôi khi khép lại quyển sách.

Trên đây chỉ là một vài cảm nhận ban đầu khi tôi đọc tập truyện mới nhất của thầy cũ của mình. Tôi học thầy Nguyễn Văn Sâm suốt hai năm ở Đại học Văn Khoa Saigon: *Văn Học Nam Hà* năm thứ nhất, niên khóa 1972-1973, và *Các Tôn Giáo Ở Miền Nam* năm chứng chỉ Văn Minh Việt Nam, niên khóa 1973-1974. Tôi nhớ hồi đó thầy chưa viết văn, vì nếu có viết thì thầy chắc đã giới thiệu cho đám sinh viên chúng tôi đọc. Sau cuộc đổi đời năm 1975, có nhiều thứ đã rơi rớt khỏi trí nhớ của mình vì cơm áo gạo tiền, *Văn Học Nam Hà* chỉ còn lờ mờ trong tôi những cái tên Đào Duy Từ, Lũy Thầy, Ngọc Hân Công Chúa, Ai Tư Vãn..., còn nội dung thì không nhớ gì rõ ràng. Chữ của thầy trả hết cho thầy! Rồi tôi gặp lại Thầy sau đúng 50 năm, nhưng trước đó, năm ngoái, qua messenger tôi có nói chuyện với Thầy sau 49 năm không còn học và gặp thầy. Mừng thầy vẫn khỏe mạnh minh mẫn và bút lực vẫn dồi dào. Tôi muốn đọc thêm nữa những truyện với giọng văn rặt từ ngữ và cách nói Nam-kỳ của Thầy, không phải vì tôi phân biệt vùng miền, mà vì với riêng tôi, những gì thuộc về bản sắc Nam kỳ phải được trân trọng và gìn giữ.

Ngọc Bút
Saigon, 09.02.2023

Tôi Đọc Khói Sóng Trên Sông
Đàm Trung Pháp

Tôi vẫn thường cảm tạ ông Trời đã rộng lượng ban cho tôi một số bạn hiền, và nay đang bước vào lứa tuổi nhĩ thuận biết theo mệnh trời một cách ngoan ngoãn, tôi lại càng thêm trân quý những người bạn hiền đó. Một trong những người bạn này là nhà văn Nguyễn Văn Sâm, một người đồng niên, đồng nghiệp, và đồng thanh khí của tôi. Trước 1975 ở Saigon, khi anh Sâm dạy Việt văn tại Đại HọcVăn Khoa thì tôi dạy Anh văn tại Đại Học Sư Phạm, chỉ nghe tiếng nhau và ít khi gặp mặt. Năm 1979, khi nỗi nhớ quê hương còn canh cánh bên lòng, tôi thực hạnh phúc được gặp lại anh Sâm tại San Antonio và"*mách nước*" cho anh đôi điều trong buổi ban đầu anh đang hội nhập vào cuộc đời mới. Tôi vui mừng theo rõi sự thành công của anh trong hai thú vui thanh cao là dạy học và viết văn nơi đất khách. Anh là người Nam, tôi là người Bắc di cư vào Nam năm 1954, nhưng sự khác biệt quê quán chỉ làm tình bạn chúng tôi thêm đậm đà.

Cốt nhà giáo, anh Sâm chân phương lắm. Ngay tựa đề KHÓI SÓNG TRÊN SÔNG anh lựa cho tập truyện, lấy ý trong câu chót của bài thơ Đường tráng lệ nhưng cũng buồn ngút ngàn mang tên "*Hoàng Hạc Lâu*" củaThôi Hiệu, "*Yên ba giang thượng sử nhân sầu*", đã đủ cho người đọc biết rằng đây không phải là những đề tài vui nhộn xem xong rồi bỏ, mà là những mẩu chuyện buồn rất thấm thía về cuộc đời tại quê hương cũng như tại miền đất tạm dung mà có lẽ tất cả chúng ta đều cảm thông được. Truyện nào cũng độc đáo, cũng để lại trong tâm tư tôi một niềm ray rứt lạ kỳ, khiến tôi không thể không thử "*đặt*" thân phận mình vào những trạng huống ấy xem sao, để rồi thấy mình may mắn hơn người ta và nhìn cuộc đời dưới một ánh mắt tích cực hơn. Như số phận của một chàng thanh niên què quặt, mặc cảm ngập trời về thân thể của mình mà lại luôn luôn thèm khát xác thịt đàn bà, cuối cùng an phận chịu lấy một phụ nữ đã mang bầu với kẻ khác (**Như Nước Trong Nguồn**). Như nỗi đoạn trường trong biết bao gia đình tỵ nạn mưu sinh tối tăm mặt mũi mà lại có cha mẹ già yếu đòi hỏi phải chăm sóc từng giây từng phút, nhất là khi các cụ bị lú lẫn và không còn tự lo đượcchuyện vệ sinh thân thể **(MátLạnh Tuổi Vàng).** Như sự ân hận to lớn và thành khẩn của một người đàn ông Việt đã nghi ngờ và làm hại một ân nhân dị chủng của mình **(Ông Già Noel CóThật)**. Như chuyện một thiếu nữ Việt tỵ nạn buồn chán gia đình, giao du với một người đàn ông Mỹ bất hảo, bị hắn bỏ thuốc ngủ vào nước uống rồi hiếp dâm **(Người Bí Mật Chiêm Ngưỡng).** Như tệ trạng "*gái bao*"của các già dịch Việt kiều về nước (Hương Cỏ). Như ước mơ được trở về với nếp sống quê cũ của chị gái và em trai sau khi đã chán ngán mảnh đời tạm dung: chị thì bị hải tặc hãm hại trên đường vượt biên, em trai thì bị cô vợ trẻ dị chủng đã có bầu cho mọc sừng **(Khói Sóng Trên Sông),** vân vân... Nói theo ngôn ngữ phê bình văn học phương Tây, nhà giáo kiêm nhà văn NguyễnVăn Sâm đã dùng mô thức mảnh đời *(tranche de vie)* để xây dựng cốt truyện, một mô thức mà Guy de Maupassant trong văn học Pháp đã sử dụng tuyệt luân để nói lên những nỗi oái oăm, những điều dị hợm trong cuộcsống thường nhật.

Là một nhà giáo văn chương đã nghiên cứu nhiều về truyện ngắn quốc tế, anh Sâm rõ rệt đã nắm vững được những yếu tố cần thiết để thành công trong loại văn chương này. Truyện nào của anh cũng được xây dựng vững vàng, cũng có một cao điểm tức là lúc một sự thực-bất kể xấu hay tốt -- được soi sáng, cũng đầy động tác trong lớp lang, cũng đầy những tình tiết lý thú, khiến người đọc không bị hụt hẫng hoặc nhàm chán. Anh Sâm không lập dị, không huyền bí, không làm dáng, không lãng mạn, nhưng ngòi bút tả chân của anh thì khủng khiếp lắm mỗi khi anh thấy cần thiết phải vung tay. Hãy nghe anh nói về nỗi chán chường của một phụ nữ đẹp người đẹp nết mang tên Chuyên phải hầu bàn trong một tiệm ăn tại Saigon Nhỏ bên California: "*Những khuôn mặt mang nụ cười nham nhở. Những hàm răng cáu bợn thức ăn. Những hơi thở nồng hơi bia xú với thực phẩm chưa kịp tiêu hóa, tạo thành mùi cám heo lâu ngày, chuyển mùi. Chuyên muốn gạt phắt những chúng sinh lô nhô chung quanh sang một bên để chạy mau về phòng mình nằm sãi tay thở những hơi dài trút hết những ưu sầu, chán chường ra khỏi tâm tư."*

Hoặc đoạn anh cho người thanh niên tật nguyền diễn tả nỗi mặc cảm của mình: *"Chứng kiến tụi nó ỡm ờ trao tình bằng miệng hò mắt liếc, tôi khoái lỗ tai thì có mà bằng bụng thì không. Tôi nhớ tới tấm thân tôi. Con trai khi dễ coi như chẳng cùng loài cùng lứa, kiểu thằng Lai, thằng Chệt nào lạc loài trong xóm. Con gái đi ngang qua không đứa nào cần biết tôi đứng đó, đương có mặt, chúng ngó thẳng vô mặt tôi mà chẳng thấy mắc cỡ bối rối, trong khi đó đối với mấy thằng khác cỡ tuổi tôi, mấy con nhỏ này thường khi hành động kiểu như bị hớp hồn: quýnh quáng, tiếng được tiếng mất, cà-lăm cà-lập, vuốt vuốt tóc, kéo kéo áo, đỏ mặt cúi đầu ngó ngó xuống chưn ... thấy mà phát nực."*

Dấu ấn mô phạm của anh Sâm còn rõ lắm trong văn chương của anh, như tôi đã ám chỉ ở trên. Anh chừng mực, anh khoan dung, anh gián tiếp khuyên bảo người đời nên tránh điều ác (vì ác giả ác báo) và chấp nhận cuộc đời, anh đề cao những cái đẹp quê hương mộc mạc, anh ngợi ca những mẫu người đảm đang, tử tế (như Cô Út trong **Tình Đất** hoặc người con dâu hiếu hạnh trong **Mát Lạnh Tuổi Vàng**). Phải chăng truyền thống văn dĩ tải đạo đã thôi thúc anh viết lên hai truyện nặng phần ngụ ngôn là **Ông Già Noel Có Thật** và **Biển Trời Lai Láng** trong tập truyện KHÓI SÓNG TRÊN SÔNG?

Là một cá nhân thiết tha học hỏi ngôn ngữ, tôi rất yêu tiếng Việt miền Nam. Và khi đọc văn của anh Nguyễn Văn Sâm, tôi không khỏi ngầm so sánh anh với hai nhà văn người Nam khác là Sơn Nam và Lê Xuyên mà tôi cũng ưa thích. Ngôn ngữ miệt vườn của anh Sâm coi bộ ngộ nghĩnh và nhiều mầu sắc không thua gì Sơn Nam trong **Hương Rừng Cà Mau** đâu. Và anh Sâm, có lẽ cũng vì gốc nhà giáo chăng, không đi quá trớn như Lê Xuyên trong cái ép-phê làm người đọc phải nóng ran người trong các đoạn văn khêu gợi dục tình. Quý vị nào đã đọc **Chú Tư Cầu** hoặc **Rặng Trâm Bầu** của Lê Xuyên thì sẽ đồng tôi là Nguyễn Văn Sâm còn nhẹ tay lắm trong lãnh vực này. Cho phép tôi đóng vai phân tích gia tâm lý tài tử một chút ở đây nhé. Khi chúng ta sùng bái quá độ một vật gì hoặc một điều gì thì khoa tâm lý họcTây phương gọi vật đó hoặc điều đó là một fétiche (tiếng Pháp) hoặc fetish (tiếng Anh). Người Tàu dịch chữ đó là *ngẫu tượng* hoặc *linh vật*. Đàn ông Mỹ thường hỏi đùa nhau, Hey, *what kind of man are you? A breast-man or a leg-man?*, tức là họ muốn biết ngẫu tượng của nhau trong lãnhvực tình dục: bộ ngực hay cặp giò. Qua tập truyện KHÓI SÓNG TRÊN SÔNG, tôi nghĩ văn hữu NguyễnVăn Sâm của chúng ta có một ngẫu tượng lồ lộ: đó là bộ ngực nở nang của phụ nữ. Nói theo kiểu Mỹ, he is definitely a breast-man. Này nhé, trong truyện **Tình Đất** có đoạn thằng Thìn nói về con Cúc như sau: *Con Cúc trổ mã cả năm nay, tay chưn tròn trịa, vú dậy đội lớp áo lên cao nghệu dòm ngang thấy trơn láng mềm mềm ra vẻ con gái quá chừng.* Rồi ở trong truyện **Như Nước Trong Nguồn**, anh chàng tật nguyền mê con Nhàn, thú thực: *Ngồi trong nhà thấy nó thấp thoáng bên kia, ngực một ngực, lồ lộ thiếu điều căng xé áo nhảy ra ngoài, tôi cũng đã cảm nhận nỗi vui vui tràn ngập lòng, đời thiệt thòi như được trút bớt vài phân.* Chưa hết đâu, trong truyện **Ông Già Noel CóThật**, một ông Việt Nam mơ tưởng đến cái ngẫu tượng đó nơi một bà gốc Mỹ Châu La Tinh như thế này mới khiếp chứ: *"Và rồi tôi nhớ tới hình dáng bờ ngực đầy đặn của Rachel. Bờ ngực có lần tôi bồm xôm tán nhảm là bệ chưng thánh giá đẹp nhứt trần ai."*

So với cái ngẫu tượng nóng bỏng của anh Sâm trong

KHÓI SÓNG TRÊN SÔNG thì cái ngẫu tượng của tôi trong bài viết này hiền lành hơn nhiều: tôi sẽ nói đến cái mức hấp dẫn của ngôn ngữ miệt vườn mà anh Sâm sử dụng trong tập truyện. Thiên kiến này cũng dễ hiểu thôi, vì cả đời tôi đã mê say ngôn ngữ, như đã nói ở trên. Tôi học trunghọc tại Saigon và khoái chí đã học thêm được phương ngữ (dialect) Saigon. Tôi thích nhất là các thành ngữ, các đặc ngữ trong Nam. Nghe khoái tai làm sao, vừa tượng hình vừa tượng thanh, vừa chân chất chi lạ! Tôi thường so sánh cách diễntả thân mật (colloquial) giữa phương ngữ mẹ đẻ của tôi (Hà Nội) và phương ngữ Saigon, dùng ngay một anh bạn thân rất dễ thương người Nam cùng lớp để tra cứu và phối kiểm. Chẳng hạn, tôi hỏi anh diễn tả từ ngữ đi thọt chân bằng tiếng Nam ra sao thì anh cười tươi và nói là đi cà thọt cà thọt. Thế còn đivới giáng điệu nghiêng nghiêng thì nói làm sao đây?Thì là đi xà-niễng xà-niễng chớ sao. Lớn bằng chừng này này thì nói làm sao? Anh ra hiệu bằng hai bàn tay và nói gọn lỏn bi bự nè! Có lần tôi đến nhà anh chơi, anh hỏi tôi muốn uống nước gì để anh lấy. Tôi nói cho mình một cốc nước chanh quả vắt. Anh trả lời, cái đó trong Nam kêu là một ly đá chanh, sẽ có ngay cho bồ! Và cứ như vậy tôi học thêm và sử dụng ngay loại phương ngữ hấp dẫn ấy với các bạn bè người Nam. Tôi tưởng tôi đã khá thành thạo, nhưng khi đọc KHÓI SÓNG TRÊN SÔNG của anh Sâm thì tôi thấy còn phải học thêm nhiều. Tập truyện của anh là cả một rừng thành ngữ bình dân, nghe lên thì khoái tai mà đọc tới thì sướng mắt! Những thành ngữ này không thể tìm được trong tự điển nào cả, nhưng may thay ngữ cảnh (context) của các đoạn văn đã giúp tôi hiểu được ý nghĩa của chúng. Sau đây là một vài thí dụ điển hình. Trong truyện **Theo Gót Huyền Trân**: "*Trong mấy năm chị nẩy đập bầu liền xì bốc. Mang bầu lạch ạch cũng bò ra chợ, mới đẻ hôm kia cũng te te đi bán, bỏ lún mấy đứa* *nhỏ ở nhà khóc lòi rún, mặt mũi tèm lem tuốt luốt, sống chết phó thác cho trời khỏi cần cột niệt.*" Trong truyện **Tình Lụy Thiên Thu**: "*Mèo chuột, tò tí te thì mấy chị có con chuột Tàu trong bụng, phải không ngoại?*" Và trong **Tình Đất:** "*Thét rồi nó tới chà-lết quết-xảm ở nhà tôi, gặp thì chỉ chào sơ sơ rồi quay ra tíu ta tíu tít với con Út.*"

KHÓI SÓNG TRÊN SÔNG là một thành công văn chương của một nhà giáo kiêm nhà văn rất khả ái của chúng ta tại hải ngoại.

Đàm Trung Pháp (Dallas, TX, 2- 2000)
Giáo Sư Ngữ Học Texas Woman's University

Đọc Nguyễn Văn Sâm: Đi tìm một thời đã mất.

Trần Mộng Lâm

Tôi nhận được từ nhà văn Nguyễn Văn Sâm một cuốn sách mà ông vừa cho xuất bản. Nói rằng đây là một tác phẩm văn nghệ hay một cuốn biên khảo, một sách dịch đều đúng mà cũng đều không đúng. Lý do là cuốn sách của ông, với những dòng chữ ngoài bìa: **Kho tàng văn học Thế Kỷ 19 - Thơ Nôm Miền Nam - Thạch Sanh Lý Thông** là một sự pha trộn giữa tất cả những gì đã nói. Biên khảo về văn học, một loại văn học đặc thù của những người đi khai phóng vùng đất mới. Những người này sống với những nỗi lo sợ đối với thiên nhiên và vì không phải là những người chỉ sống về thơ phú hay chữ nghĩa thánh hiền nên họ có một nền văn hóa khác, không trau chuốt nhưng có những nét độc đáo riêng. Chứng tích của nền văn hóa này là một cuốn sách cổ. Ông Nguyễn Văn Sâm đã tìm được cuốn sách này sau khi nó đã nằm yên trong bao nhiêu năm trong Thư Viện Quốc Gia Pháp. Sách không viết bằng chữ quốc ngữ, nhưng nếu nói là nó là một cuốn sách dịch thì sai. Sai ở chỗ nếu là sách dịch thì người dịch phải dùng một ngôn ngữ khác với ngôn ngữ của nguyên bản. Điều này không đúng vì ở đây là cùng một ngôn ngữ nhưng cách viết khác nhau. Phải nói cho đúng là ông **phiên âm một cuốn sách cổ viết bằng chữ Nôm** mà ngày nay, số những người biết đọc chắc chỉ còn đếm được trên đầu ngón tay. Với tôi, thì chữ Nôm viết cũng bí hiểm như chữ Hán, nhưng hình như chữ Nôm khi đọc lên, lại là ngôn ngữ mà người Việt Nam dùng để nói với nhau hàng ngày. Không biết có đúng không, xin tác giả cho biết, nhưng với một kẻ chỉ biết dùng tiếng quốc ngữ, thì thấy cuốn Truyện Thạch Sanh Lý Thông của Nguyễn Văn Sâm rất cần thiết.

Cuốn sách mà tôi có trước mặt gồm 2 phần, trang bên trái in những chữ Nôm mà tôi không đọc được, và trang bên phải là chữ quốc ngữ mà tôi đọc được tuy chỉ hiểu độ 80%. Tôi nghĩ rằng tác giả Nguyễn Văn Sâm chỉ viết lại bằng chữ quốc ngữ những gì ông đọc được bên chữ nôm, nghĩa là ông thấy sao đọc vậy, đọc sao viết vậy bằng chữ quốc ngữ. Ông phiên âm nhưng không sáng tác. Phần khó nhọc của tác giả chỉ là giải thích cho người đọc hiểu những lời này. Nếu không có phần chú thích này, người đọc không sao hiểu hết những câu thơ mà ngay chính ông Nguyễn Văn Sâm cũng còn bí với nghĩa của một số câu.

Trở lại với truyện Thạch Sanh Lý Thông.

Là người Việt Nam, chắc là ai cũng biết một chút về chuyện cổ tích này. Với tôi, chỉ là hai câu thơ:

Đàn kêu tích tịch tình tang.
Ai đem Công Chúa dưới hang trở về.

Không hiểu vì sao hai câu thơ này lọt vào óc tôi nhưng chắc chắn không do đọc sách, sách đâu mà đọc? Theo Nguyễn Văn Sâm, thì câu chuyện cổ tích này phải xuất hiện sau thời ông Nguyễn Ánh và người ta truyền khẩu cho nhau, đời nọ cho đến đời kia. Cuốn sách mà ông Nguyễn Văn Sâm tìm được do lý do đó, người có tên trên trang đầu chỉ ghi chép lại chứ không phải là tác giả như nghĩa mà chúng ta thường hiểu về một tác phẩm văn chương. **Tác giả của nó vô danh.** Chuyện kể trong dân gian mà người sau chép lại thành thơ. Hiện nay, người chép lại thành thơ truyện Thạch Sanh Lý Thông quá nhiều, nhưng những câu thơ in trên internet lại do họ đặt ra, dựa vào tình tiết câu chuyện ngày xưa.

Cuốn sách do ông Sâm tìm được có lẽ được xuất bản vào năm 1885. Vì vậy, trên trang bìa, người ta thấy hàng chữ: **Kho Tàng Văn Học Thế Kỷ 19**. Người có tên tuổi trên trang đầu gốc tích rõ ràng. Đó là ông Dương Minh Đức. Người hiệu đính là ông Duy Minh Thị. Không có chứng cớ gì về sự lưu truyền của truyện Thạch Sanh-Lý Thông trong dân gian và nếu căn cứ vào cuốn sách, thì câu truyện này có ít nhất là hai thế kỷ rồi. Theo Nguyễn Văn Sâm thì đây là văn bản sớm nhất của câu chuyện Thạch Sanh - Lý Thông.

Lý trí cho tôi một kết luận là nếu không tìm được bản sớm hơn, thì tác giả của truyện này phải là ông Dương Minh Đức, trên lý thuyết. Dương Minh Đức là ai? Ông Sâm viết: Một người Minh Hương sống ở Xóm Dầu, Chợ Lớn, Quận 6 ngày nay. Ông này và người hiệu đính truyện Thạch Sanh – Lý Thông đều là người Minh Hương, trong nhóm các ông gọi là Nhóm Phật Trấn thực hiện các bản Nôm, hoạt động vài ba chục năm trước khi người Pháp đến Việt Nam.

Xin mọi người để ý đến chi tiết này. Bản chữ Nôm ghi là: **Dương Minh Đức Thị** soạn (1) và **Duy Minh Thị** đính chánh (2). Do hai câu này. Ông Sâm kết luận là theo ông: Sau khi nghe chuyện Thạch Sanh ông **Dương Minh Đức** *chấp bút* (chữ ông Sâm dùng) viết lại thành thơ.

Vậy thì Truyện Thạch Sanh – Lý Thông có 2 phần:

Cốt chuyện: Dân Gian?

Thơ (bản văn): Dương Minh Đức: “Chép Lại” hay “Đặt Ra”?

Trả lời cho câu hỏi thứ nhất, ông Nguyễn Văn Sâm viết: Truyện thơ Thạch Sanh – Lý Thông xuất phát từ nhu cầu thực tế của lưu dân từ Trung vào Nam trong giai đoạn Nam Tiến qua vùng Đồng Nai đất đỏ tới vùng sông rạch đất thấp, nơi có nhiều rừng rậm, nơi sấu cọp, voi còn lởn vởn quanh nhà (Tr. 16).

Trả lời Câu hỏi thứ hai: Ông Nguyễn Văn Sâm viết: Sau khi nghe chuyện được kể trong dân gian, ông (Dương Minh Đức) *chấp bút* viết lại thành thơ. Không hiểu chữ chấp bút dùng ở đây là chép lại hay sáng tác. Cũng may dưới đó, trong cùng trang 8, ông Sâm cho rằng căn cứ ở câu Duy Minh Trị đính chánh, thì ông này đã đính chánh lại câu văn của Dương Minh Đức cho có vẻ văn chương hơn. Vậy là có sự, “gọt rũa” tại đây chứ không phải chỉ là chép lại.

Nói gì thì nói, bản văn cũng phản ảnh văn chương Nam

Kỳ Lục Tỉnh, mang nhiều từ ngữ Nam Bộ không thể thấy ở vùng ngoài. Không thể thấy ở vùng ngoài, đã đành, nhưng nhiều chữ cũng không còn thấy trong Nam Bộ ngày nay. Những chữ quá cổ khiến ông Nguyễn Văn Sâm kết luận: Từ mấy chữ quá cổ đó ta có thể an tâm kết luận rằng quyển Thạch Sanh Lý Thông này ra đời trễ nhất là khoảng hai ba thập niên đầu thế kỷ 19 nhưng không thể sớm hơn thời gian lên ngôi của Nguyễn Ánh.

Muốn biết những chữ quá cổ của ngôn ngữ Việt đàng Trong là gì, muốn biết người lưu dân thời đó có tâm trạng ra sao, muốn biết những câu văn mộc mạc đó nội dung thế nào, thiết nghĩ không gì hơn là liên lạc với tác giả samnguyen20002002@ yahoo.com để có được một cuốn sách.

Ngôn ngữ hay tiếng nói của một dân tộc thay đổi với thời gian. Ngay như chúng ta, ngày nay, không hiểu được những chữ mà người trong nước dùng. Bản thân tôi, lần đầu nghe tiếng *dã ngoạn*, muốn té ngửa vì không biết dã ngoạn là gì. Tiếng nói đã vậy, chữ dùng để ghi lại cũng không khác gì. Các cụ ngày xưa dùng tiếng Hán, rồi dùng tiếng Nôm. Nay thì người Việt Nam đa số mù tịt cả Hán lẫn Nôm. Vì thế, công của các nhà làm văn hóa rất lớn. Không có họ, tất cả sẽ mai một dưới lớp bụi thời gian, và chúng ta khi muốn tìm lại một Thời Đã Mất thì vô phương. Với những sự đe dọa Hán Hóa, e rằng một ngày nào đó, chúng ta sẽ mất cả tiếng nói lẫn chữ viết. Bởi vậy cho nên phải có những người như Nguyễn Văn Sâm, và những công tác Bảo Tồn Văn Hóa mà ông đã và đang làm. Xin Cám ơn ông.

Trần Mộng Lâm
Montreal, Canada, 25-6-3019
(Kỳ 1 (còn tiếp nhiều kỳ)

NGUYỄN HÒA -TRƯỚC

Về, theo cánh phượng lá trầu mẹ têm

Tôi đã gửi tin ra hàng dừa ốc đảo
nhắn liễu hồ hãy kiểm định từng trang
đã đọc lên mời nghe ý kiến gia đình cô sếu gầy
cho lịch trình một chuyến về thăm xứ cổ tích.

Trong trí tưởng ngây thơ cố hương tôi tháp bút vồng thon long lanh mực
giọt vẩy điệp trùng núi tím giọt loang trầm mặc biển xanh
võng đưa kẽo kẹt ca dao mẹ ru nôi con đẫy giấc
khuyên son những bài giảng quốc văn giáo khoa thư.

Đội ngũ xoan lợp mái đón đàn bò qua trưa nhả nóng
đầm bùn trơn trâu tắm thỏa thuê nhai dãi nhớt lồng hồng chạy hùa
trời vòm bao la gió nâng diều giấy lượn
cỏ thảm thênh thang chân trẻ đua với thỏ vườn
giếng đá ong tròn rỗ rêu nhớt ôm bụng cười ướt mắt
chổi ngọn rạ mềm công phu dựng lâu đài bí ẩn
thập thò trốn tìm trò chơi tuổi nhỏ tập mài bén giác quan
xoắn râu lão đa đu cao tít ngỡ chừng sắp chạm đến cổng nhà trời
bể nước mưa trần truồng dội tuột nhễ nhại những nồng những nực những mồ hôi
mẹt nia tròn trĩnh những viên ngọc trời đang chờ múa xòe
dẻo chõ xôi hoa vàng nếp cái.

*

Thổ nhưỡng chắt tinh tủy nghìn đêm ninh lọc
lấm tấm lược ấm nụ vối trà san tuyết rịn thơm ơn lành đất nước
phên mây cài đã ít nhiều lệch xô một góc sân chiếc phản

lườn vuông vức
khuôn bánh quế cay gói đọng một vời vợi dung nhan
mẹ tôi ngồi cau bổ cơi trầu đồng sáng choang têm vòng cắt nối
bức hoạt họa và tranh tĩnh và nét vẽ trắng đỏ kèn trống rước đèn đình làng khai hội
vỗ cánh rập rờn ngẩng cao chiếc cổ xinh xinh lớp lớp tiểu phượng hoàng
vượt lên đáy bình vôi nông nhịp nhàng mẹ xắn hoài một ly chiều sâu thêm chẳng được

quạt nan thổi lùa sợi tóc cước trắng lạc lối nào kia
khăn nâu sống mỏ quạ quắp xuống tỉ mỉ kẻ đường đê
lũ con dại khám phá thế giới lớn lũy tre ngoài sẽ bớt phen bỡ ngỡ.

Hạn hán ngang ngược làm địa chấn rạch vằn vện khuôn mặt dịu dàng rẫy nương
tiêm căng mạch đói nghèo cơn lũ lụt bạo cuồng
mẹ đếm mồ hôi khá lúng túng không như lúc đếm gạo trấu đong lửng nồi mất mùa gặt vội
mắt em thơ trọn trừng nuốt chửng bát cơm chưa kín đáy chị cả vừa đơm xong thìa cuối.

Bậc thềm lênh khênh
mẹ ra vào thong thả
nắng cúi đầu sợ thêm lần vấp ngã
mưa xếp ô tơi ấp úng giọt tự tình;

lưng mẹ đổi gập khúc
gian lao lùa xuống vực
hạt ngon, mười ngón thiêng
nhặt, bày mâm hạnh phúc.

*

Mài đá tảng góc gai đường sơn khê quất quanh xuyên trổ
gà rừng gáy trạm dập dìu thủy lộ
mẹ một thời bèo hoa dâu nón quai thao lụa cầm quai xỏ
bè vầu già sào cắn cong cát màu sỏi mỡ
khoắng ao chuôm bọn chẻm trê cầu vồng nhảy rộ
mắt đuôi răm sém sướt liềm tranh cỏ
khăn nhiễu áo the nơ chải chuốt bập bềnh thuyền quan họ.

Bụng sông anh ách sôi dọc ngang chuyến phà cày nước
mấy quyển vở vỡ lòng con đã làu thuộc
bao năm rồi bây giờ đài tượng mẹ thiện linh nhà-điêu-
khắc-thời-gian đã quét xong giũa sau cùng
thương sao là con bướm chung tình thuở ấy ngày ngày vẫn
ghé vào thăm cái ngách quạnh quẽ nhà quê!

bướm ơi bướm ở đừng về
giàn tương đỗ ủ đậu kể bướm xem
từ tay mẹ lá trầu têm
từng đàn phượng bé bóng lên bẩy trời.

tháng của mẹ, 05-2024

NGUYỄN HÒA -TRƯỚC

NGÔ NGUYÊN NGHIỄM

NGUYỄN TẤT NHIÊN, thà như giọt mưa rớt trên tượng đá.

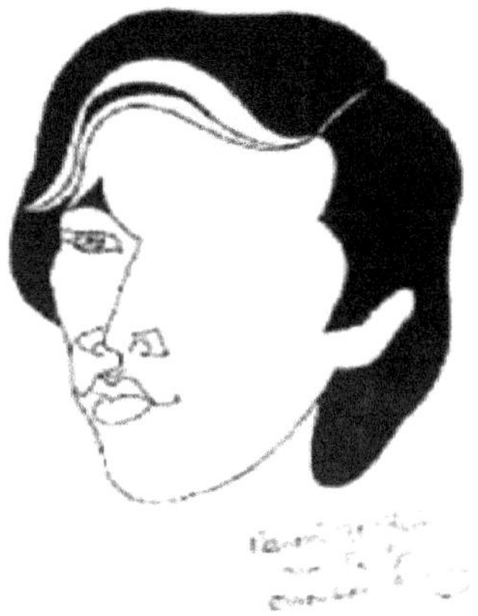

Thi sĩ Nguyễn Tất Nhiên
(1952-1992) qua nét vẽ Tạ Tỵ

Cách đây hơn 40 năm, những năm đầu thập niên 70, trong giai đoạn đất nước dầu sôi lửa bỏng, những tác phẩm phản chiến được phát triển rầm rộ. Một phần, trước cuộc chiến càng ngày càng leo thang một cách cùng cực, sinh mệnh người dân như tấm bia thử nghiệm cho những thể chế, không biết ngày nào hy vọng bình yên trở lại quê hương. Một phần sự loạn ly làm đình trệ tư tưởng, đời sống và văn minh văn hóa khoa học, đem lợi ích phát triển hơn là sự tàn phá nghiệt ngã vô ích. Thơ văn là tiếng nói của người làm văn nghệ, được bày tỏ bằng những bức xúc, chứa đầy cảm năng đối thoại với chiến tranh đang phủ chụp khắp xóm làng. Thật vậy, nghệ sĩ với lửa con tim đều biểu lộ bằng những sáng tác trên hội họa, văn chương, âm nhạc,…Trịnh Công Sơn là một hình ảnh tượng trưng về nét phản chiến thực tiễn trong những thập niên 60-70. Chuỗi tác phẩm của Trịnh Công Sơn đã ghi lại những dấu ấn siêu việt ảnh hưởng từ trong và ngoài nước, mà bất cứ hàng quán nào kể cả tư gia của người thôn dã đều chất đống âm vang những ca khúc giữa đời sống hằng ngày…

Nghệ sĩ miền Nam có một tư thức sáng tạo và bày tỏ riêng mình, tất cả những khuynh hướng sáng tác đều không quy cũ trong một phương hướng chủ đạo, rập khuôn như nhau. Chính vậy, sự đa năng được bộc phát một cách kỳ diệu, dù trong những thời khắc đầy khói lửa, nhưng bước tiến của nghệ thuật miền Nam lại đa dạng. Mỗi khuynh hướng lại là một sự tinh khôi bù đắp làm phong phú cho văn chương phía Nam. Dù trong thời buổi chiến tranh, cũng rộ nở đầy những vườn hoa khoe muôn màu sắc, đậm nét bác học không thua sút văn hóa văn chương thế giới.

Trong môi trường thi ca, bên cạnh thơ lửa, chất đầy ngôn ngữ bày tỏ trước thời cuộc, mà sự sống thì còn cần chứa chan thêm một hạnh phúc tình yêu và trong lành ở viễn cảnh xô bồ hằng ngày. Tuổi trẻ phần đông cũng biết chọn cho thế hệ mình phần hồn, để bộc lộ những khoảnh khắc của con tim. Nét lãng bạt vẫn là yếu tố phong lưu trong hàng trăm nét sống tư thức dấu yêu. Sự phơi phới hồn nhiên trong tình yêu giúp bảo tồn được nét thuần khiết chân thành trong bản năng con người. Vì vậy, nếu những thi phẩm chan đầy nét kỳ diệu long lanh sinh khí từ trái tim yêu thương, thì được đón nhận như cơn mưa rào thấm đất. Đầu thập niên 60, Nhất Tuấn xuất bản thi phẩm Chuyện Chúng Mình, ba thi tập nối tiếp trong một thời gian ngắn, đã tạo cho thơ tình một sức hút dữ dội. Tập thơ Hoa Trắng Thôi Cài Trên Áo Tím của nhà thơ Kiên Giang tức khắc được đọc giả đón nhận nồng nhiệt, cho đến bây giờ thỉnh thoảng vẫn còn tái bản với 2000 đến 3000 bản. Thơ Nguyên Sa cũng là một dòng thơ tình quý phái, trí thức và lãng mạn.

Tất cả những thi nhân kể trên, đều ít nhiều kỷ niệm và có kinh nghiệm tình trường, nên sự chiêu niệm của đọc giả chỉ hướng về nét sáng tạo tích cực trong văn chương. Ngôn ngữ tích lũy trong thi phẩm đều nhiều ẩn dụ gần như giả định, dù rằng thi hóa một cách tuyệt vời. Năm 1969, lúc nhà thơ Nguyễn Tất Nhiên xuất bản tự lực với những tập thơ còn mang nặng nét học trò, tôi và Lưu Nhữ Thụy nhiều phen bay về Biên Hòa tìm thăm, để trả lễ những dịp Nhiên về Sài Gòn thăm tôi. Sự bộc phát hình như là một định mệnh, không thể ngờ trước được, khi tập Thiên Tai ra đời năm 1970 lúc Nguyễn Tất Nhiên vừa 18 tuổi, bỗng nhiên tên tuổi Nguyễn Tất Nhiên bừng vỡ một cách ngoạn mục. Nhạc sĩ Phạm Duy bằng sự lão luyện tài hoa cùng cực, đã làm say mê những dòng thơ tình đầy ngây thơ, ngộ nghĩnh, ông đem hết tâm huyết phổ nhạc cho nhà thơ nhiều bài, và thành công một cách kỳ diệu, đặc thù. Thời đó, nhạc Trịnh Công Sơn chiếm lĩnh hầu hết thị trường, đi đâu cũng chất đầy ngôn ngữ Trịnh Công Sơn, làm quánh đặc cả không gian bão táp giữa lòng người điên đảo. Thì sự thanh thoát tươi trẻ của hơn mươi bài nhạc phổ thơ Nguyễn Tất Nhiên, được quảng bá rộng rãi không thua kém, bằng cách giới thiệu xen kẽ thay thế dòng nhạc Trịnh Công Sơn, một dòng nhạc cô đọng âm hưởng monotone bấy lâu vướng vất quanh đời sống… Sự giải tỏa uẩn ức của cuộc sống, bằng sự huyền diệu thanh khiết và ngây thơ cực điểm của dòng thơ Nguyễn Tất Nhiên, và âm thanh phù thủy Phạm Duy, thì không gian như trôi chảy giữa bốn bề âm vọng tình yêu, mà những ví von so sánh lạ lùng, ngây dại trong ngôn ngữ chứa đầy biểu tượng sáng hóa: người từ trăm năm/về ngang sông rộng/ ta ngoắc mòn tay…, hoặc nào hay đời cạn vì người từ trăm năm/ về khơi tình động/ ta chạy vòng vòng/ ta chạy mòn chân. (Khúc Buồn Tình). Thơ Nguyễn Tất Nhiên có không khí bừng nở đầy trí tuệ liên tưởng tự nhiên, đưa đẩy sự phá cách của tưởng tượng, mà tha nhân không thể dõi bước kịp ý tưởng của dòng thơ vừa băng mình chưa hết lộ trình thơ mộng, bỗng nhiên đóng khung ở một lý luận ví von như những giải đáp lạ thường ngộ nghĩnh: đời chia muôn nhánh khổ/ anh tận gốc gian nan/ cửa chùa tuy rộng mở/ tà đạo khó nương thân/ anh đành xưng quỷ sứ/ lãnh đủ ngọn dao trần/ qua giáo đường kiếm Chúa/ xin được làm chiên ngoan/Chúa cười run thánh giá/ bảo: đầu ngươi có sừng!(Đám Đông).

Ngoại trừ những năm 60-70, với một khí thế hực lửa của những biến động thời cuộc, sự say mê nhạc Trịnh làm bừng cháy ý thức phản kháng một cách quy mô. Thì ta không ngạc nhiên, để hiểu rằng sự hòa đồng nhiều lúc cũng xu hướng, mà lịch sử còn phải xâm soi định vị cả một khoảng thời gian sau, mới khẳng định được đúng sai trong quá trình vừa trôi qua. Ảnh hưởng của nhạc Trịnh đã bước vào tâm thức của tầng lớp thanh niên, giục giã cái nhìn nhân chứng, sáng hóa hòa quyện giữa thi ca và âm nhạc, nhưng không biết có tác động được để vượt thời gian, đó là điều nan giải! Thanh lịch của thi ca cũng như những bộ môn nghệ thuật khác, là sự tinh túy, tạo lập chân tướng bằng tất cả phương pháp sáng tạo tùy tài năng và chân tâm của nghệ sĩ. Bởi cái giả không là thật, mà cái thật không được là giả, người ta thường khoác lên vai nghệ sĩ bằng y phục lòe loẹt, còn trái tim thì treo trên cành cây trước gió. Chính vậy, sáng tác có thể dùng hết lửa để thai sinh, nhưng cũng có lúc lửa cũng hủy diệt sáng tác. Cái tâm không của nghệ sĩ thật cần thiết. Tôi cảm nhận thơ Nguyễn Tất Nhiên có những ý hướng vô ngã, chỉ cần đạt đến một điều là hóa hiện bản ngã, bằng những hình tượng lập dựng để dánh dấu cho một ý niệm bừng rõ nét tình yêu. Chính vậy, nhiều lúc tôi so sánh giữa hai ý thức sáng tác thơ tình của Nguyễn Tất Nhiên và Trịnh Bửu Hoài, một đàng chân thật xem tình yêu như một thánh tượng, lãng đãng giữa không gian đầy hoa cỏ, gió và mây. Một đàng xé nát vật thể, kể cả bản thân để phát minh cho thơ một sự khắc nhập, hoá hiện lại cùng cực bản thể tình yêu và tình người. Nhiều lúc, có người đọc thơ Nguyễn Tất Nhiên, những ví dụ ngây thơ, phù thủy làm đánh động sự phân tâm, bởi những ngôn ngữ tân lập cho hình ảnh lạ lùng Thơ. Giống như một hình ảnh tân lập thật bình dân của Bùi Chí Vinh, khiến thơ Vinh có một nét ngông linh động và hoạt bác, mà có lúc tôi đùa với Vinh, như hai mặt đồng tiền, mặt phải là Bùi Giáng, mặt trái là Bùi Chí Vinh. Còn thơ Nguyễn Tất Nhiên hẳn nhiên có nét sáng tạo thật lạ, cung cách so sánh làm câu thơ bừng lên một nét kỳ diệu, nhưng thật đau thương. Khác với cung cách hoa dạng trong thơ tình Nguyên Sa, với cuộc đời và trái tim, Nguyễn Tất Nhiên đã xé nát hết tư tưởng và bản thân, để tung rải cạn láng chân khí đem đối chiếu tình yêu so sánh những dị thường: dĩ vãng là địa ngục/ giam hãm đời muôn năm/ tôi-người yêu dĩ vãng/ nên sống gần Satan/ ngày kia nghe lời quỷ/ giáng thế thêm một lần/ trong kiếp người linh mục/ xao gầy cơn điên trăng………………..vì tôi là linh mục/ giảng lời tình nhân gian/ nên không có thánh kinh/ nên không có bổn đạo/ nên không có giáo đường/(một tín đồ duy nhất/ vừa thiêu hủy lầu chuông!) (Linh Mục).

Sự hóa thân cho chính nhà thơ đã vỗ về cho thơ xuất hiện trong một lớp áo biến đổi bản ngã, sự nhị trùng thật ra chỉ là chiếc bóng của một hiện thân duy nhất. Mà chính tác giả độc thoại trong sự phân vai giữa bản fthân cô độc, lạnh lẽo ở một không gian tưởng tượng trù dập tận cùng cái si mê ngây dại, bởi ru ta suốt cuộc đời/ (cuộc đời tên vô đạo/ vết thương hành liệt tim). (Ma Soeur)…

Tài hoa một cách kỳ diệu trên sáng tác, một cách ngông nghênh của thi sĩ, và cái nhìn tình yêu bằng đôi mắt chăm chọc, đập vỡ cả não cân xé tung cả thân xác… để so sánh bản thể si mê ngập ngụa điêu tàn. Trong khối tình mà Nguyễn Tất Nhiên bắt phải dại khờ vì ngày ta buồn thần thánh cũng thôi linh.

Năm 1979, buổi sáng còn vang vọng tiếng loa tuyên truyền nhức óc của Ban Thông tin Văn xã Phường, thì thà như giọt mưa vỡ trên tượng đá, bỗng dưng xuất hiện trước cửa Thư trang. Nguyễn Tất Nhiên với y trang đơn giản hơn ngày xưa, sơ mi bỏ ngoài loáng thoáng theo cơn gió nhẹ, chờ tôi trước cửa còn khép hờ. Tôi khoác vai Nhiên bước vội về một quán cà phê, cách nhà chừng 100m, với sự chào đón im lìm và cuộc thăm viếng cũng như một cuộc dấu diếm với thế gian. Bản thân Nguyễn Tất Nhiên thư sinh ốm yếu cao nghệu, nhưng hiện tại càng thu liễm hơn, với vẻ mặt xanh xao giữa mái tóc lòa xòa bất cần nhân thế. Tuy vậy Nguyễn Tất Nhiên cũng giữ lại được nét liếng thoắng, và nụ cười nở đầy trên môi. Nhiên bắt xe từ Biên Hòa lúc 4 giờ sáng, tâm sự ghé thăm tôi, sau gần 4-5 năm không gặp mặt: "kỳ này em chắc ít có dịp về thăm anh". Nguyễn Tất Nhiên vẫn cười nói thản nhiên, suốt buổi tri ngộ thâm tình giữa huynh đệ tin yêu. Tôi lại cứ ngỡ Nguyễn Tất Nhiên và gia đình về khu kinh tế mới, như bao nhiêu gia đình khác được vận động di dân lập nghiệp, nên trả lời: "Nhiên muốn về thành phố thì xin một giấy giới thiệu, đóng mọc đỏ của một hợp tác xã nơi ở, sẽ đăng ký được giấy xe, lo gì. Tôi phục vụ bên y tế nên cũng cấp cho nhân viên như vậy". Nghe tôi phân trần, Nguyễn Tất Nhiên vẫn cười cười nói nói, không bộc lộ một ý hướng gì hơn nữa. Thời gian khoảnh khắc lại là một cách biệt ngàn trùng, đằng đẳng đến ngày hay tin Nguyễn Tất Nhiên cư trú tại Pháp qua đài BBC, tôi không có dịp thư tín trò chuyện với nhau. Sự cật lực sống trong một xã hội xa lạ, Nguyễn Tất Nhiên không hội nhập được, bởi bản chất nghệ sĩ chan đầy ý tưởng huyễn hoặc, không có thời gian thực tiễn, khiến nhà thơ chìm ngấm trong cơn lốc trầm cảm cách biệt đời thường...Thỉnh thoảng cũng được truyền thông Nguyễn Tất Nhiên còn hoạt động văn nghệ, xuất bản được vài tác phẩm, tôi đón nhận như tin vui chia sẻ với cố nhân...

Tất cả đều trong nghiệp chướng vô thường, không ai thoát khỏi thành trụ hoại diệt, nhưng sao tôi vẫn thảng thốt khi nghe đài VOA báo tin, Nguyễn Tất Nhiên vừa giã biệt cõi đời lúc 14 giờ 30 ngày 03 tháng 08 năm 1992, bằng thuốc ngủ trong một chiếc xe hơi Toyota cũ kỹ đầy hoa, và một bài thơ mới sáng tác có chữ ký còn giữ kỹ trong túi áo. Ngày giã từ cõi đọa đày suốt một đời thơ, Nguyễn Tất Nhiên gởi lại nhân thân giữa thơ và hoa, tại sân Chùa Việt Nam, do Thượng Tọa Thích Pháp Châu trụ trì, ở thành phố Garden Grove, Nam California như trở lại chính bản thể và đạo pháp: đường không gian- đã phân ly/ đường thời gian- đã một đi không về...

NGÔ NGUYÊN NGHIỄM
Viết tại Thư trang Quang Hạnh
(Mùa đông, 1992, nhuận sắc tháng 7/2011)
Nguồn: Thư viện Sáng Tạo: sangtao.org

NGÔ NGUYÊN NGHIỄM

Ngày về quê cũ nghe tin con sáo nhỏ đã sang sông
tặng Phạm Nhã Dự, Hà Thúc Sinh, Võ Thạnh Văn Trần Yên Thảo, Lâm Hảo Dũng, Lê Quang Đông…

Rồi gió đêm nay cũng thổi qua
Mon men khe vách bóng trăng tà
Có người lữ khách trăm năm trước
Lộn kiếp giang hồ chinh chiến xa
Góc nhỏ cờ tàn, vó ngựa hí
Gươm cùn treo ngược dưới phong ba …

Hình như nước mắt chảy đâu đây
Tịch mịch năm canh, lá rụng đầy
Khách vén hồn xưa cho thế sự
Nhìn vào giọt máu hóa sương bay

Thì ra, đá cũng hóa tâm hồn
Khơi dậy hoàng hôn thăm thẳm buồn
Một khối oan ương chưa rữa nát
Hiện lên mâm ngọc chén cường toan

Chẳng mong tẩy xóa lòng chung thủy
Chỉ đụt thời gian làm mỏi mòn
Cảnh đợi cảnh chờ, người bạc trắng
Ngàn đời con sáo cũng sang sông!

Ngàn đời con sáo xổ lồng thôi
Khách đốt đèn ma cháy lẻ loi
Soi suốt trăm năm cô độc quá
Một mình như một cánh sao rơi …

Mai sau ai đứng đợi chờ đây
Chờ sóng trường giang lớp lớp đầy
Chờ kẻ vô tình đong đáy mắt
Sót vài hình ảnh với bèo mây

Hôm nay khách trở lại thăm quê
Cảnh cũ người xưa như giấc mơ
Mấy đóa tường vi canh cánh nở
Mang theo hương lửa đời hoang sơ

Ngổn ngang phế tích thăng trầm quá
Vết nứt thời gian chẳng xóa mờ
Kẻ ở lạnh lùng ngồi hóa đá
Ngày về chim khách hót bơ vơ…

NGÔ NGUYÊN NGHIỄM
Nguồn: Tác giả gửi

HOÀNG XUÂN SƠN

LÀM SAO EM THẤY TÔI NGỒI

//_

Ngồi mòn thớ vải thanh xuân
chợt nghe danh bạ lẫn phần máu xương

cao ngất phiên
        núi.
                một.   dường
như hạ xuống. thấp. huyết tương trùng phùng

gặp mình ở chốn tà lung
nghe dây dưa một cô cùng luyến thương

thưa em người chỉ dẫn đường
làm sao tôi biết
hoẳng dương
                chốn nào

áo người đính vội ngàn sao
con mắt lục giả chiếu vào không hư

•

Thuở xưa nhau có tâm từ
mà nay âm thoại tàn dư ác phồn

một mình chống chọi thân đơn
làm sao em biết dây đờn lu câm

ừ thì
        phương danh
                lẫn, nhầm
gọi tên nhau giữa mùa thăm thẳm buồn

như vệt nồng. chảy. môi hôn

nghìn năm kim loại dập dồn điên mê
ngọn lửa xanh níu ai về
đêm
                vang một giọt
hồng nghê
        búng
        tràn
ngún rồi cơn thọ hình đang
xướng tên dàn dựng họ hàng lâm ly
)(
h o à n g   x u â n   s ơ n
mười tám tháng tư
[không nhớ năm nào]

•

NGÓN BUỒN

Cứ tưởng đời hừng lên một chút
Mệt lả. bám với lấy mịt mùng
Hoa kia vàng úa nơi tạm trú
Một ngón buồn lơi giữa không trung

Líu lo điệp khúc rồi im bặt
Âm phá tường thanh đi lang thang
Những viên gạch xếp chờ cung bậc
Chợt réo xanh tên một bản đàn

Níu dây ngực xiết ốc. cơn ho
Dại. như một dòng sông lơ đãng
Ngọn bút điểm huyệt khắp bàn cờ
Giả thuyết trôi về đau thinh lặng

Sóng em mới đó biển phủ lấp
Những hột cườm li ti về đâu
Có lẽ em xóa rồi bộ nhớ
Quên hẳn xưa sau chuỗi mệnh sầu

Trong bộ lốt của một gã khờ
Tôi nhặt nhạnh xem từng con chữ
Câu thơ nào chết chậm bài thơ
Người đốt cháy người không sức thở

Rồi than đen rễ ngún. mai sau
Chạng vạng tuổi chiều thương lọ nghẹ
Ai nói biểu bì không hằn sâu
Xếp lớp một ngàn năm nhẹ thể

[Một người đi trong vụn vặt
Nghe mình khôn lớn cùn mằn
Nơi lực quay chòm vi tía
Tình yêu và nỗi băn khoăn]

Chúng ta chỉ còn một kỳ hạn
Xáp lại hai đầu một vách ngăn
Ngón buồn xoi qua từng kỷ vật
Nhìn ngó mắt nhau chớp một lần

•

h o à n g x u â n s ơ n
@22mars25

LÊ MỘNG NGUYÊN
Tri thức và hành động trong thơ Tĩnh Thất của Thiền sư Tuệ Sỹ

Cho tôi một hạt muối tiêu
Bờ môi em nhạt nắng chiều lân la
Tôi đi chấn chỉnh sơn hà
Hồng rơi vách đá mù sa thị thành
Donne-moi un grain de sel et de poivre
Car la lumière du soir
A fané les commissures de tes lèvres
Je vais réparer les erreurs de ma patrie
Alors que tombe le démon rouge sur la falaise
Et que la brume enveloppe la ville entière…

Cuộc đời của Thượng tọa Tuệ Sỹ, thật tương tự cuộc đời vua Trần Nhân Tông (1258-1308) thấm nhuần Phật giáo ngay từ thuở thiếu thời, tham hiểu Thiền định dưới sự dạy bảo của Tuệ Trung Thượng Sĩ (bút hiệu Tuệ Sỹ Thầy tự đặt lấy để kính ngưỡng Ngài là Thiền Sư nhà Trần). Năm 36 tuổi, Điều Ngự Giác Hoàng nhường ngôi cho Trần Anh Tông; xuất gia năm 41 tuổi và viên tịch tại am Ngọa Vân, núi Yên Tử năm 1308, hưởng thọ 51 tuổi…

Nghìn năm trước lên núi
Nghìn năm sau xuống lầu
Hạt cải tròn con mắt
Dấu chân người ở đâu
Mille ans avant j'escaladai la montagne
Mille ans après j'en descends pour secourir les gens
Je t'ai attendue en vain néanmoins
La pupille de mes yeux te cherchant
Et les empreintes de tes pieds
Où sont-elles maintenant ?

Người hay em trong Tĩnh Thất là mệnh danh đất nước thương yêu, người tình của Thiền Sư Tuệ Sỹ: Cũng như vua Trần Nhân Tông, Thượng Tọa không những là một nhà biên khảo thông minh, một nhà văn uyên bác, một tư tưởng triết gia lỗi lạc, một thi nhạc sĩ tài hoa mà còn là một nhà ái quốc chân chính (đã nhiều lần – với tinh thần bất khuất trước bạo tàn – chống cự cộng sản đang gieo rắc tang tóc trên miền Nam tự do nên bị kết án tử hình năm 1984…). Tương tự vua Trần Nhân Tông… đã tổ chức Hội Nghị tại Điện Diên Hồng (Thần Dân nghe chăng? Sơn hà nguy biến !…), thực hiện đại đoàn kết nhân dân và triều đình, viết một trang sử nước Nam huy hoàng, Thượng Tọa Tuệ Sỹ ôm mộng Trường Sơn với ý chí kháng chiến của đồng bào hải ngoại cùng quốc nội và sự chống đỡ của nhân quyền quốc tế, đặng giải thoát dân mình. Là môn đệ tinh thần của Tuệ Trung Thượng Sĩ và cũng như Điều Ngự Giác Hoàng Nhân Tông, Thiền sư đã tâm thức (theo bài của Tỷ Kheo Thích Chơn Thiện nói về Trần Nhân Tông, tháng 03-2003): " một thể cách giải thoát thực hiện trong đời sống chính trị, xã hội rất thiết thực, rất nhân bản và rất trí tuệ…" : Tình yêu đồng bào và đất nước đối với Thầy, có thể đưa đến hy sinh cả cuộc đời:

Lặng lẽ nằm im dưới đáy mồ;
Không trăng không sao mộng vẩn vơ.
Tại sao người chết, tình không chết?
Quay mấy vòng đời, môi vẫn khô
Một hai ba
những ngày quên lãng;
Tôi vùi đầu trong lớp khói mù.
Khói và bụi
chen nhau thành tư tưởng;
Nhưng bụi đường lêu lỏng bến thâm u…
Silencieusement mon corps repose au fond de la tombe
Pas de lune, ni d'étoiles mais un rêve vagabond
Pourquoi l'homme meurt-il, mais non l'amour ?
De plusieurs vies j'ai beau faire le tour,
Mes lèvres sont aussi sèches.
Un deux trois
Tant de jours dans l'oubli;
Je plonge ma tête dans la couche épaisse de fumée,
Fumée et poussière
S'entremêlent en idées;
Mais la poussière de rue en vagabondage

S'envole vers l'autre monde sans rivage.

Đúng như Paul Mus đã viết trong sách "Vietnam, sociologie d'une guerre" (Việt Nam, xã hội học của một chiến tranh, 1952): Mỗi khi nói đến Việt Nam, cái câu để giải nghĩa vấn đề lịch sử, nằm đúng trong cái tinh thần kháng cự, liên kết một cách nghịch thường với những năng lực lạ lùng đồng hóa, một ý chí quốc dân không sờn trong thử thách của thất bại, những cắt xẻ đất đai và những chinh phục lẫy lừng. Trong sứ mệnh hòa hợp Đạo học và Thế học, Thiền Sư Tuệ Sỹ là gương mẫu trung thành của cái tinh thần nước Việt (la vietnamité), có nghĩa là: Một phương pháp tư tưởng, một cách viết, nói và hành động theo truyền thống tổ tiên, đã làm cho nước ta hùng tráng với quyết chí vững bền bất khuất phục trước một quyền lực độc tài trải qua những khúc quanh co của một lịch sử đầy thống khổ. Cái tinh thần nước Việt này là di sản của ông cha trong sự bất dịch của toàn dân:

Người đi đâu bóng hình mòn mỏi
Nẽo tới lui còn dấu nhạt mờ
Đường lịch sử
Bốn nghìn năm dợn sóng
Để người đi không hẹn bến bờ
Où allez-vous, voyageur usé par le temps?
Un aller et retour sur le même chemin
Tout en laissant vos empreintes
De plus en plus floues…
La voie de l'histoire
De quatre mille ans dans la tourmente
Vous laisse partir dans votre errance Sans esprit de retour.

Trong năm câu thơ trên, Thiền Sư có ý trách móc những người tuy căm hận trước cảnh sông núi điêu tàn, đã từ bỏ ý chí đấu tranh với mục đích tái lập dân chủ tự do cho đất nước và một đời ấm no cho đồng bào. Như nhà thơ Nguyễn Huệ Nhật đã viết (Nước Mắt Việt Nam 1999, Lời Ngỏ): Tự thấy cá nhân mình quá bé nhỏ giữa một giai đoạn lịch sử đen tối và vô cùng đau thương của dân tộc Việt Nam, nhưng tôi không cảm thấy con người mình hoàn toàn bất lực trước những trái ngang lịch sử đó. Với tinh thần vươn lên của dân tộc, tôi nghĩ rằng chúng ta vẫn còn nhiều hy vọng cho thế hệ mai sau. Nỗi đau của Việt Nam là bài học lịch sử cho cả dân tộc mình, nhà thơ Tuệ Sỹ không ngần ngại, nói lên từ nơi ẩn dật cưỡng bách, nỗi lòng mình muốn hành động cho dân tộc thoát khỏi bọn quỉ đỏ vô thần:

Giữa Thiên đường rong chơi lêu lổng
Cõi vĩnh hằng mờ nhạt rong rêu
Ta đi xuống quậy trần hoàn nổi sóng
Đốt mặt trời vô hạn cô liêu
Au sein du Paradis je me promène en vagabondage
L'éternité semblant légèrement assombrie
Par la mousse et les algues sauvages
Je decends sur terre
En remuant le monde de poussière
Pour le transformer en tsunami
Et brûler le soleil rouge solitaire, à l'infini…

Sau ngày 30 Tháng Tư Năm 1975, Thiền Sư bị đày đi làm rẫy tại rừng núi Vạn Giả: Đó cũng là cơ hội cho Thầy suy ngẫm (tự đáy lòng) về phương cách giải thoát giang sơn tổ quốc đang quằn quại dưới chế độ áp bức của độc tài đảng trị (Tôi đi chấn chỉnh sơn hà/ Hồng rơi vách đá mù sa thị thành)… "Tĩnh Thất" là một trường ca bút pháp tinh về vận mệnh tổ quốc Việt Nam của một thiền sư sống ẩn dật trong tâm tư (Voyage dans mon univers tranquille): Ngoại cảnh (thời gian đi làm rẫy, thời gian khổ sai, thời gian quản thúc từ 1998…) không nao núng tinh thần yêu nước thương nòi của một môn đệ tinh thần tu chứng của Tuệ Trung Thượng Sỹ, thế kỷ thứ 13 (lý thuyết Đạo và Đời):

Ơ kìa nắng đỏ hiên chùa
Trăng non rỏ máu qua mùa mãn tang
Áo thầy bạc thếch bụi đường
Khói rêu ố nhạt vách tường dựng kinh
Voilà du soleil sur la véranda de la pagoda
La lune à peine apparue s'égoutte de sang,
la saison de deuil étant révolue
Votre toge, Maître, blanchit
en raison de tant de poussières de vie,
la fumée de mousse décolorant le mur des Prières

Đất nước lầm than, Thiền Sư sau những năm tù tội, nhìn thảm cảnh quê hương trở thành một nhà tù vĩ đại, gông cùm cả một dân tộc bất khuất trước một chế độ man rợ, lỗi thời…

Mười năm sau anh băng rừng vượt suối
Tìm quê hương trên vết máu đồng hoang
Chiều khói nhạt như hồn ai còn hận tủi
Từng con sông từng huyết lệ lan tràn…

(Những Năm Anh Đi, trong "Giấc Mơ Trường Sơn")

Cũng như trong "Tĩnh Thất", nhà chí sĩ đã diễn tả tinh thần chiến đấu của mình bằng thơ, nhẹ nhàng, tuyệt vời:

Nghe luyến tiếc như sao trời mơ ngủ
Đêm mênh mông để lạc lối phù sinh
Ánh điện đường vẫn nhìn trơ cửa sổ
Ngày mai đi ta vẽ lại bình minh
Je m'attarde aux vains regrets du passé
comme les étoiles rêvent de dormer
dans la nuit immense en se trompant de chemin
pour une vie éphémère
Les lampadaires des rues éclairant
impassiblemnt les fenêtres fermées
Passé le lendemain,
je redessinerai l'aube de l'humanité…

Ngày mai đi ta vẽ lại bình minh: Thiền Sư Tuệ Sỹ đã tư tưởng và hành động theo lời giảng dạy của Hòa Thượng Sa Môn Thích Quảng Độ, Viện trưởng Viện Hóa Đạo… : Giáo Hội Phật Giáo Việt Nam Thống Nhất và trong cương vị Tăng Sĩ, chúng tôi không làm chính trị, không tham gia chính trị. Nhưng chúng tôi phải có thái độ chính trị. Thái độ này thể hiện giáo lý nền tảng của đạo Phật, là cứu chúng sinh ra khỏi mọi nạn ách, khổ đau để tạo điều kiện giác ngộ. Tuy không làm chính trị, nhưng Giáo Hội ủng hộ mọi nỗ lực chính trị nhằm bảo vệ đất nước, bảo vệ truyền thống văn minh nòi giống, âu lo cho mỗi con người được sống đời no ấm, tự do, được hưởng trọn các quyền con người cơ bản… Và nghe tiếng kêu gọi của sơn hà nguy biến:

Ta không buồn,
Có ai buồn hơn nữa?

Người không đi,
Sông núi có buồn đi?
Tia nắng mỏng soi mòn khung cửa;
Để ưu phiền nhuộm trắng hàng mi.
Ta lên bờ, nắng vỗ bờ róc rách,
Gió ở đâu mà sông núi thì thầm?
Kìa bóng cỏ nghiêng mình che hạt cát
Ráng chiều xa, ai thấy mộ sương dầm?
Je ne suis pas triste,
qui peut être plus triste que moi?
Tu ne pars pas,
ton pays n'ayant jamais l'intention de te quitter!
Les fragiles rayons de lumière
éclairent en élimant l'encadrement de ta porte
pour laisser les chagrins blanchir mes sourcils.
Je monte sur la rive,
le soleil illuminant les eaux qui clapotent doucement.
Où est le vent qui accompagne mon pays
dans son chuchotement?
Voilà l'ombre inclinée de l'herbe
qui cache les grains de sable
et les nuages rouge pâle du soir arrivés,
qui peut voir la tombe couverte de rosée?

Ráng chiều xa, ai thấy mộ sương dầm? Lẽ dĩ nhiên là hồng quân hay xã hội chủ nghĩa đã làm điêu đứng cả một dân tộc, phần đông nay rời cõi đời vì ác nghiệt của quỉ đỏ xâm lăng… Khác hẳn với thi hào Victor Hugo đã hận thù bạo tàn Nã Phá Luân Đệ Tam (trong phần hai thế kỷ 19) bằng cách không trở lại cố hương ngày nào tự do chưa được hồi phục, nhà thơ Tuệ Sỹ bị quản thúc tại quốc nội, chỉ diễn tả nỗi sầu vương, một cách nhẹ nhàng, thấm thía, của mình, nhưng qua mấy vần thơ… gián tiếp huy động đồng bào hãy tỉnh thức:

Cho xin chút hạt buồn thôi;
Để cho ngọn gió lên đồi rắc mưa.
Gió qua ngõ phố mập mờ;
Mưa rơi đâu đó mấy bờ cỏ lau.

Nắng trưa phố cổ úa màu,
Tôi đi qua mộng đồi cao giật mình...
Donnez-moi un peu de tristesse seulement
Pour que le vent se lève sur la colline environnante
en répandant la pluie.
Le vent souffle à travers l'impasse diffuse;
La pluie tombe çà et là sur les touffes d'herbe et de roseau.
Le soleil de midi brillant sur la cité ancienne de couleur fanée,
Je marche à travers mon rêve
tout en haut de la colline en tressautant...

Xem dưới góc cạnh này, Thiền Sư Tuệ Sỹ là một nhà thơ "lãng mạn" mà theo Victor Hugo (Tựa kịch bản Hernani) là một "chủ nghĩa tự do trong văn chương", vừa thuộc vào hạng biểu hiện (expressionnisme) nghĩa là một hình thức nghệ thuật mà giá trị của miêu tả nằm toàn trong sự biểu lộ tâm tình cực điểm, và hạng ấn tượng (impressionnisme) với đôi nét chấm phá, nhưng lời thơ đượm tình cảm, thấm thía, làm độc giả rung động, bâng khuâng:

Chờ dứt cơn mưa ta vô rừng
Bồi hồi nghe khói lạnh rưng rung
Ngàn lau quét nắng lùa trên tóc
Ảo ảnh vô thường, một thoáng chưng?
J'attends que la pluie ait cessé pour entrer dans la forêt
Afin d'écouter avec émotion la fumée froide se réchauffer
Et les touffes de roseaux balayer le soleil qui pénètre dans tes cheveux;
Illusion extraordinaire,
Qui nous apparaît en l'espace d'un instant?
Hoặc đầy nhung nhớ, dịu êm:
Anh đi để trống cụm rừng
Có con suối nhỏ canh chừng sao
Mai Bóng anh dẫm nát điện đài
Ôi nỗi buồn
Thần tiên vĩnh cửu
Nhớ luân hồi
Cát bụi đỏ mắt ai

Vous partez en laissant vide une partie de la forêt
Où le ruisseau veille en permanence
Sur l'Étoile du Matin
Et votre ombre écraser palais et châteaux
Ô ma tristesse
Dans le monde légendaire de l'immortalité
Ô ma nostalgie de la métempsycose
Dans laquelle sable et poussière rendent tes yeux rouges?

Trường ca "Tĩnh Thất" có thể dịch Pháp ngữ là "Méditations d'un Ermite" mà trong đó Thiền Sư ẩn sĩ đã gom góp nỗi lòng mình đối với tổ quốc mà Thầy xem như một người tình yêu dấu. Tương tự Lamartine trong thi tập "Méditations Poétiques" (1820) và qua bài Le Lac (Hồ Kỷ Niệm) đã thốt tự đáy lòng nỗi đau khổ của mình khi nhắc nhớ lại người xưa (vừa mất) với những giờ hạnh phúc đã trải qua trên cái hồ lãng mạn bây giờ vắng bóng:

Ôi thời gian, xin đừng bay, đứng lại!
Và những giờ thuận tiện không vận hành
Cho chúng ta thưởng thức không ngần ngại
Ngày hạnh phúc mau chóng thuở xuân xanh!

Đất nước thương yêu của ta bây giờ ở đâu? Chịu đựng một cuộc đời nô lệ đã từ lâu mà sao em chưa nổi dậy chống bạo tàn? Thời gian qua… Thời gian không trở lại:

Khói ơi bay thấp xuống đi
Cho ta nắm lại chút gì thanh xuân
Ta đi trong cõi vĩnh hằng
Nhớ tàn cây nhỏ mấy lần rụng hoa
Ô fumée, vole encore plus bas
Pour que je puisse retenir par la main
Un peu de ma jeunesse
Je marche dans le monde supraterrestre
En pensant à mon petit arbre flétri
Qui perd ses fleurs maintes fois depuis.

LÊ MỘNG NGUYÊN
Paris – Saint Hippolyte (01 avril 2006)
https://tuesy.net/tri-thuc-va-hanh-dong-trong-tho-tinh-that-cua-thien-su-tue-sy/

HÀ NGUYÊN DU

BẢN LÊN TIẾNG VỀ TẢN THƠ

Một Thể Loại Mang Tính Đặc Thù Không Thể Nhầm Lẫn

Dẫn nhập: Gọi đúng tên một đứa con thi ca

Có những khái niệm trong thơ – giống như những đứa con bị gọi sai tên trong chính ngôi nhà văn học. **"Tản Thơ"** là một ví dụ. Nó xuất hiện âm thầm, đi theo lối riêng, không tuyên bố, không ồn ào. Nhưng sự im lặng ấy đang khiến nó bị hiểu sai, thậm chí bị đánh đồng. Đã đến lúc chúng ta cần một lần gọi đúng tên nó – với tất cả sự nghiêm cẩn của một người viết.

I. Tản Thơ là gì?

Tản Thơ *là một thể loại thơ kết hợp giữa cảm xúc trữ tình và lối tư duy tản mạn, nhưng vẫn giữ bản chất thơ với tất cả độ rung, nhịp nội tại và chiều sâu của ngôn ngữ. Nó không bị giới hạn bởi vần luật hay hình thức, nhưng cũng không buông trôi như văn xuôi. Trong Tản Thơ, ngôn ngữ lắng lại, tạo nhịp ngắt, mở khoảng trống – nơi thi tính trú ngụ.*

Nếu thơ lục bát là dòng sông, thơ tự do là ngọn suối rẽ nhánh, thì Tản Thơ là những giọt sương tự tại trên lá – không chảy theo hướng nào, nhưng mang đầy thi tính.

II. Lịch sử phôi thai và nguyên lý hình thành Tản Thơ

Tản Thơ không phải phát kiến hoàn toàn mới. Từ thơ Haiku, thơ thiền phương Đông đến thơ siêu thực và hậu hiện đại phương Tây – **những yếu tố ấy hội tụ và phát lộ trong thể loại này.** *Ở Việt Nam, dấu ấn của* ***Tản Thơ đã thấp thoáng từ Bùi Giáng, Trịnh Công Sơn, Inrasara đến Nguyễn Viện*** *– như một sự tiến hóa tự nhiên của cảm thức thi ca đương đại.*

Tản Thơ *không kể chuyện, không diễn đạt tuyến tính. Nó "tản" trong chủ đích, "thơ" trong chiều sâu. Người viết không dùng Tản Thơ để giải thích, mà để* **"soi rọi"** *thế giới bằng ngôn ngữ cô đọng, ám ảnh, có khi lặng thinh như hơi thở thiền.*

III. Những ngộ nhận cần giải minh

1. Đồng nhất với thơ tự do:
Không vần, không đều không đồng nghĩa với Tản Thơ. Thơ tự do vẫn có cấu trúc thi pháp ngầm, nhấn mạnh nhịp điệu, **trong khi Tản Thơ làm mờ nhịp ngoài để khai thác nhịp bên trong, làm mờ hình để đậm chiều.**

2. Lẫn lộn với đoản văn cảm xúc:

Tản Thơ không phải đoạn *"văn gãy dòng"*. *Nếu thiếu sự tinh luyện trong chọn chữ, thiếu nhịp ngắt và sức dội ngôn từ – thì đó là văn xuôi,* **không phải thơ.**

IV. Cấu trúc đặc thù của Tản Thơ

Tản Thơ không cần gieo vần hay chia khổ nhưng vẫn vận hành theo logic nội tại. Nó có nhịp điệu như hơi thở. Một bài Tản Thơ hay là bài thơ biết khi nào nên nói và khi nào nên dừng, biết thở bằng khoảng lặng – căng giữa hai hình ảnh tưởng chừng rời rạc.

V. Dẫn chứng từ văn học Việt Nam và thế giới

1. Trịnh Công Sơn – ca từ như thơ:

"Từng người tình bỏ ta đi như những dòng sông nhỏ..."
"Một ngày nào đó em nhìn thấy tôi đi lặng lẽ bên trời..."

→ Nhịp ngắt tự nhiên, thi tính bàng bạc, không kể – đó chính là Tản Thơ.

2. Inrasara – ***Tháp nắng, Lễ tẩy trần tháng Tư:***
→ *Mảnh thơ chắp ghép, cảm xúc phi tuyến, "tản trong chủ đích".*

3. Nguyễn Viện – *thơ gãy dòng, rời rạc nhưng giữ được "lực nội tại".*

4. Trước 1975 – miền Nam

• Thanh Tâm Tuyền: ***Tôi Không Còn Cô Độc, Liên, Đêm, Mặt Trời Tìm Thấy – ngôn ngữ phá cách, cảm xúc phi-trật-tự.***

• Nguyên Sa: ***đơn sơ mà tinh tế, mang chất tản thơ đầy thi tính.***

• Cao Thoại Châu: ***thơ linh hoạt, cảm xúc tản mạn, gần với tinh thần Tản Thơ.***

5. Quốc tế – Prose Poetry gần gũi Tản Thơ

• **Baudelaire** – ***Paris Spleen: thơ không vần, ám ảnh và nội lực.***

• **Tagore** – ***Stray Birds: thơ vắn gọn, nhẹ như hơi thở, đầy cảm xúc.***

• **Maggie Nelson** – ***Bluets: phân mảnh, cô đọng, không kể chuyện, nhưng thơ đầy thi tính.***

HÀ NGUYÊN DU

HÀ NGUYÊN DU

Mật Hoa

1/
Gò trăng
lóng lánh
sương hồng

Ơi chân nắng
đã say
mòng hồn lam!!

Khoan động
túi noãn…
tay chàm!!

Em yêu
ngát nhuỵ
nguyệt rằm tỏa hương!!

(thơ khuya ngón thần
nõn nường!!)

canh u ám muội
đối sương
mượt tràm

2/
Cồn lau
lách nước
khe thâm

Du thân
đại lộng
hồn lâm chướng
diều

Chòng chành
tàu lắc lư
Phiêu

Em hoa sương
sớm
Ta xiêu …
nắng bừng!!

3/
Trăng người
Nào khác
Trăng quê

Cũng Khuê các
Ngọc
Cũng tê tái vàng

Hồn ta song cửa
Đa đoan
trăng em thiên
mệnh
Ngàn vàng mật hoa

HÀ NGUYÊN DU
Jul 23/24 9:02 PM

HÀ NGUYÊN DU

Tấu khúc giao bôi!!

Thêu đan cùng sắc màu thiên nhiên, vận công biến hóa thu vàng thành vườn cây lá xanh mơ. Vườn đơm hoa thơm ngất hồn và kết trái ngọt lịm môi từ đôi tay ngà phù phép hỡi em Thánh nữ em là thần tượng muôn thu!! Ơi em nghìn trùng mà gần hơn gang tấc. Em mắt biếc em môi hồng em thi năng rạng rỡ sao mai chiếu ánh tinh khôi đầu ngày.

Em thành tích tinh hoa tiên khởi cho một cuộc tình ân điển em phục sinh cả thảy phế tích đời ta ơi tuyệt vời danh giá hơn huyền thoại! Oan khiên trớ trêu nào đưa thơ ngây em ta rơi vào thuyết tài mệnh khiến tương đố thương tâm bắt Thi Hào Nguyễn Du phải hạ bút trường thiên lục bát mà khóc Kiều??

Rồi mai em nên vang danh bù vào oan khiên khi bước em đang trên đường thăng hoa và ta sẽ làm thơ ngợi ca em cùng lúc giải mã cuộc tình như ta vừa đọc siêu phẩm "Giải mã Vinci" của Dan Brown. Em bí ẩn em huyền hoặc làm ta lạc cư đào nguyên. Làm ta cực khát phải đi tìm vườn địa đàng và nằm lại để ăn trái trường sinh mà ôm giữ mãi tình yêu em!!

HÀ NGUYÊN DU

ĐỨC PHỔ
NGƯỜI NẰM XUỐNG HỒN NƯỚC ĐỨNG LÊN…

**tưởng niệm 13 Anh Hùng Yên Bái, 17-06-1930.*

Kẻ giết người sợ người bị giết
bởi người bị giết rất anh hùng.
khi hiên ngang lên đoạn đầu đài
vẫn hô hào. "muôn năm nước Việt".

trai ba mươi khởi đầu sự nghiệp
anh chưa tròn tuổi ấy đã hy sinh.
đã trang-sử-hùng ghi dấu chân anh
bước gian truân trên đường đánh Pháp.

những cái đầu quyết chém đầu anh
hoảng sợ nhìn những cái đầu rơi xuống.
bởi đầu rơi là gọi hồn nước dậy
phất cao ngọn cờ đánh giặc ngoại xâm.

trăm năm đời người sẽ qua nhanh
ngàn năm sử xanh còn sống mãi.
xưa, sau dẫu nát đời thương hải
lòng trung vẫn mãi ánh dương soi…

ĐỨC PHỔ

PHẠM QUỐC BẢO

Ca tụng đời.

Còn sống còn trả nợ đời,
việc chi hối tiếc - hãy lơi nhã nhàn.

Sinh ra ở chốn nhân gian
Khóc oe một tiếng chào mừng được sinh!
Có người than bảo đời mình
nếu vui sao chẳng cười xinh một lần
Có người ngẫm lại tỉnh dần
Khóc là dấu hiệu trầm luân cõi người:
Sống là vươn tới khôn nguôi
có gian nan mới luyện người ích nhân.

Trẻ thơ nhập cuộc cận thân
gia đình - bố mẹ - quây quần anh em
Đến khi khôn lớn học hành
thầy – cô, bạn hữu tạo thành bản năng
Ra đời vùng vẫy dọc ngang
làm sao cho thỏa chí gan với đời
Rồi ra sức yếu tuổi trời
thì vui với phận làm người phân minh.

Có tử là phải có sinh
có sinh có tử rành rành đời ta.
Mỗi ngày sống trọn ta bà
niềm vui lan tỏa chan hòa nhân gian.

Bao nhiêu gian khổ muộn phiền
chỉ là thử thách cho thêm rạng đời.

PHẠM QUỐC BẢO
1:00 pm Thứ Hai 20/12/2021.

VŨ HOÀNG THƯ
l ờ i c h â n m â y

ngày tôi
        lên cánh chim gầy
bàng bạc nắng
        tiếng gọi bầy đã xa
ôi sông
miết chảy xa nhà
nguồn gọi gió vọng chưa qua chân ngàn
thẫn thờ bước
        nếp nhàu lan
bến bờ phôi dựng tràng giang hướng mờ
mái hiên đêm
có còn chờ?
khơi hồng lục tố
tiếp giờ đồng thanh
trong tinh dạ với thâm canh
gọi riêng chiêm mộng lượn quanh ngọn triều
lời thưa
xin chút hương tiêu
giữ thơm ở lại
        đăm chiêu chốn người
ngày lửng trôi
        tạc thù lơi
với mây vay ý

cõi khơi vơi bồng

thênh thang chảy niệm tình sông

nhà ở đâu?

chạnh vân mồng bến xưa

chiều nghiêng nắng

lũng lân hư

vang sóng nhẹ

        ngẫu nhĩ đưa tiếng mời

như thoáng bước
vạn trùng khơi
cánh chuồn điểm nước
        khải lời gia hương
nẻo chân mây
cố quận dường
níu xa xăm
        những mộng trường còn gieo

VŨ HOÀNG THƯ
Tháng 6, 2025

NGÃ PHƯƠNG HUYỀN

THI CA – KỲ QUAN THỨ TÁM CỦA NHÂN LOẠI

I. Dẫn nhập: Một câu hỏi thức tỉnh

Từ thuở con người bắt đầu xây dựng những kỳ quan vật chất kỳ vĩ như Kim Tự Tháp, Vườn treo Babylon, Đền Artemis, họ đã khẳng định sức mạnh của bàn tay và trí tuệ. Nhưng có một kỳ quan thầm lặng, không khối đá, không vôi vữa, vẫn âm thầm tồn tại xuyên suốt lịch sử loài người: Thi ca.

Phải chăng, thi ca chính là Kỳ Quan Thứ Tám, kỳ quan vĩnh hằng của tâm hồn, tồn tại song hành và vượt lên trên mọi công trình vật chất?

II. Hành trình của thi ca xuyên lịch sử văn minh

1. Thời Nguyên thủy: Khởi nguyên từ âm thanh và nhịp đập

Trước cả chữ viết và các nền văn minh...

• *Con người cổ đại đã kể chuyện bằng tiếng hú, bằng âm gõ trên đá, bằng tiếng thổi ống sậy đơn sơ.*

• *Những nhịp điệu nguyên thủy ấy chính là phôi thai đầu tiên của thi ca – nơi ngôn từ và âm nhạc hòa làm một.*

=> Thi ca là phương tiện giao tiếp đầu tiên giữa con người với thế giới thần linh và nội tâm chính mình.

2. Thời Cổ đại: Thi ca – ký ức vĩnh cửu của các nền văn minh

• **Hy Lạp:** *Iliad và Odyssey của Homère không chỉ là thơ,* mà *còn là bản đồ tâm linh, lịch sử và triết học thời cổ đại.*

• **Ấn Độ:** *Mahabharata và Ramayana là những bản trường ca khắc sâu giá trị nhân sinh.*

• **Trung Hoa:** *Kinh Thi không chỉ ghi lại ca dao dân gian, mà còn trở thành nền tảng luân lý, giáo dục và chính trị.*

=> **Thi ca đã đóng vai trò không thể thay thế trong việc định hình tư tưởng và tinh thần các nền văn minh.**

3. Thời Trung cổ và Phục hưng: *Thi ca là ngọn lửa chống lại bóng tối*

• *Giữa những đêm trường tăm tối của châu Âu, thi ca cất lên trong lời ca của các troubadour, bảo vệ tình yêu và nhân phẩm.*

• **Dante bằng Thần Khúc** *(Divina Commedia) đã dẫn dắt con người qua hành trình chuộc tội và cứu rỗi, mở ra cánh cửa tới thế giới tinh thần sâu thẳm.*

• **Shakespeare *biến thi ca thành sân khấu để phơi bày toàn bộ bản chất con người:* tình yêu, thù hận, tham vọng và sự tha thứ.**

=> **Thi ca lúc này không chỉ là nghệ thuật, mà còn là vũ khí tinh thần.**

4. Thời Cận đại: *Thi ca – ngọn gió cách mạng và tự do*

• **Victor Hugo** *dùng thơ để đòi hỏi công bằng xã hội.*

• *Walt Whitman với Lá cỏ (Leaves of Grass) ca ngợi tự do, cá nhân và dân chủ Mỹ.*

• **Nguyễn Du với Truyện Kiều** *lay động lòng người bằng tiếng nói về số phận, nhân quả và lòng nhân ái.*

=> **Thi ca không chỉ miêu tả cuộc đời – nó dẫn dắt đời sống thay đổi.**

5. Thế kỷ XX đến hiện đại: *Thi ca sống cùng cách mạng công nghệ*

• **Pablo Neruda** với Thơ tình viết cho những con người bé ***nhỏ và nỗi đau chung của nhân loại.***

• **T.S. Eliot *với The Waste Land phản chiếu sự hoang tàn của thế giới hiện đại.***

• **Xuân Diệu, Hàn Mặc Tử, Tagore…** ***đều làm mới thi ca để đối thoại với một thời đại hỗn mang và biến động.***

Ngày nay, khi Internet, mạng xã hội, AI ra đời,
Thi ca trôi theo dòng dữ liệu điện tử,
Nhưng chưa bao giờ mất đi hơi ấm nhân sinh.
Người ta vẫn làm thơ, chia sẻ thơ, sống trong thơ – từ Instagram đến diễn đàn ảo, từ nhạc rap đến thơ spoken word.

=> Thi ca biến hóa nhưng không biến mất. Nó tồn tại cùng những bước tiến chói lọi của trí tuệ nhân loại.

III. Tuyên ngôn: Thi ca là Kỳ Quan thứ Tám

Thi ca không đòi hỏi ngai vàng,
Không cần bức tường thành nào để tồn tại.
Thi ca tựa như hơi thở – vô hình nhưng nuôi sống tâm hồn nhân loại.

Bởi vậy, chúng ta có quyền khẳng định:

Thi ca là Kỳ Quan Thứ Tám –
Không xây từ đá, không khắc trên kim loại,
Nhưng tồn tại bằng chính những nhịp đập, nỗi đau, khát vọng và giấc mơ của từng con người.

Bài thơ tuyên ngôn * (Hà Nguyên Du)

(Bài thơ tôi đã sáng tác – mình giữ nguyên trọn vẹn vì nhan sắc nó đẹp và hùng hồn!)

THI CA
Thi ca không ở trên cao,
Không nằm trong đá hoa cương hay cột trụ.
Thi ca là giọt nước mang linh hồn đại dương
Rơi vào tâm hồn – bốc hơi vào vô tận.

Thi ca không cần có ngai vàng,
Chỉ cần một góc khuất lặng câm
Một trái tim nhịp sóng từ rung động,
Và một đôi mắt chưa hề tắt niềm tin.

Thi sĩ không là đế vương,
Mà là kẻ lang thang mang theo thần lửa,
Dẫn dắt những linh hồn cô đơn lạc lối
Về nơi giấc mơ chưa bị chôn vùi.

Hãy dựng cho thi ca một ngọn tháp cao
Không bằng xi măng, mà bằng ký ức.
Không bằng gạch đá, mà bằng hơi thở
Của những ai từng yêu, từng vuột mất, từng ngã đau.

Và nếu thế giới có bảy kỳ quan,
Thì thi ca là kỳ quan thứ tám:
Vô hình.
Nhưng vĩnh cửu.

Lời kết

Giữa thế giới ồn ào, vội vã và máy móc hóa, thi ca vẫn âm thầm bảo vệ nhân tính.
Giữa hàng triệu phát minh kỳ diệu, ***chỉ thi ca mới chạm vào điều mà cả máy móc cũng không thể:*** **trái tim người.**

Và vì thế, chúng ta cần thi ca – như cần không khí để sống.

NGÃ PHƯƠNG HUYỀN
(Ngày tháng quê Mẹ 2 > 6 /25)

NGÃ PHƯƠNG HUYỀN
"Một Gạch. Của Hai" –
Lục bát hay là tiếng vọng của thiền ý và tình yêu ảo ảnh?

1. Thơ hay hay là tâm thức chuyển động mềm mại

Tựa đề Một Gạch. Của Hai đã là một dấu chấm hỏi thi pháp. Nó mang dáng dấp của một "gạch nối" hay một "vệt chia" giữa hai nửa: giữa thực và mộng, giữa tôi và em, giữa cái hiện hữu và cái đang hóa giải. Cách viết ngắt nhịp bằng dấu chấm – như cách thơ hiện đại phá vỡ hình thức cổ điển – là một khởi đầu cho ấn tượng lạ: bài thơ không muốn bị khuôn vào khuôn mẫu mà muốn thở ra những gì lục bát không nói hết được.

2. Lục bát cách tân-nhưng giữ được độ mềm mại bản thể

Bài thơ này không dùng cặp lục – bát theo truyền thống, mà thay vào đó là những cụm ngôn từ gãy khúc, trôi nổi và tan chảy. Tuy nhiên, dòng thơ vẫn chảy trong nhịp nội tâm ám gợi, vẫn quyện lấy người đọc như tơ trời phất phơ trên cành liễu thiền viện. Như đoạn:

"Nghe trăng
Trổ
Biếc mắt trong, gọi tìm"

Đây không chỉ là sự phá thể, mà là sự biến thể thiền tính. "Trăng trổ" – vốn là một động từ rất hiếm – khiến ta liên tưởng đến trăng như một đóa hoa đang nở trong lòng ý thức. Và "biếc mắt trong" là hình ảnh rất San Phi: một ánh nhìn vừa nữ tính, vừa thiền vị, vừa ảo ảnh – như ánh trăng ngự trên búp sen đêm.

3. Tình yêu như một ảo giác thiền

Đây không phải tình yêu xác thịt, cũng không hoàn toàn là tình yêu thiêng liêng. Đó là tình yêu của "tôi" với một "nàng" không có biên giới, không ranh giới. Nàng ở đó, hiện ra như khói sương, rồi tan biến như mộng. Câu thơ "Gầy / Là mơ hay thực mà say" là một tuyệt cú nhỏ: hình ảnh "gầy" không chỉ là hình thể mà là trạng thái hiện hữu mong manh, khắc khoải đến mức tình yêu trở thành một bản chất của hư không

4. Phật học như lớp sương phủ mờ lên ngôn từ

"Giữa tháng ngày còn vương / Rồi tan như thể khói sương" – thơ San Phi ở đây vang vọng tư tưởng vô thường của nhà Phật. Mọi sự hiện hữu trong tình yêu hay cuộc đời đều là "vương rồi tan". San Phi gieo vào mỗi từ một hạt giống Phật tính – không tuyên ngôn, không giáo lý, nhưng lặng lẽ nở hoa trong chiều sâu biểu tượng.

5. Mầm sống và luân hồi trong nhịp nữ cảm

Câu cuối:
"Gieo mầm sống dậy lần thưa thốt tình"

không chỉ là một lời tình tứ. Đó là tiếng chuông gọi mầm sống, như một niệm Phật mơ hồ. "Thưa thốt" ở đây là tình yêu lặng lẽ, rụt rè, cạn kiệt – nhưng vẫn là sự sống đang hồi sinh trong cõi chết dần của thi ca.

Tựa đề xuất:
"Một Gạch. Của Hai": Lục bát cách tân giữa thiền ý và ấn tượng trôi"

I. Dẫn nhập

- **Giới thiệu nhà thơ San Phi:** ***phong cách mềm mại, nữ*** *tính, giàu liên tưởng như "lá non, mầm xanh, trăng rạng rỡ".*

• Lối viết lục bát mới: tự do, không câu nệ vần luật nhưng vẫn giữ linh hồn truyền thống.

• Tư tưởng Phật giáo xuyên suốt như một sợi chỉ thiền dẫn đường trong cõi thơ yêu – mộng – vô thường.

II. Đọc sâu bài thơ "Một Gạch. Của Hai"

1. Ngôn ngữ như là ẩn dụ thiền:

• **"Viết tình trao muộn vào không"**: *chữ "không" ở đây không chỉ là hư vô mà là một tánh không – khái niệm cốt lõi trong Phật học.*

• **"Trăng / trổ": ngôn ngữ ngắt dòng đột ngộ**t, *tạo hiệu ứng như tiếng chuông thiền đánh vào khoảng không nội tại.*

2. Dòng thơ như một dải sương mơ – *nét ấn tượng chủ nghĩa rõ rệt:*

• **"Vạt mi trúc cởi áo xiêm y** / *Gầy": dùng thân thể như một biểu tượng không hiện rõ, vừa gợi tình vừa gợi tịch.*

• **Câu thơ tựa như nét cọ màu nước:** *không mô tả mà làm "hiện" bằng một vệt chạm, như ánh trăng quệt nhẹ lên mặt nước.*

3. Tình – Mộng – Vô Thường:

• **"Mơ hay thực mà say** / *Mà hư ảo": chơi vơi giữa hai bờ thực ảo, đúng tinh thần Bát Nhã: "sắc tức thị không".*

• **"Trăm năm xõa tóc** / *Soi gương lược / Già": biểu tượng thời gian qua thân phận nữ giới, rất Đông phương mà cũng rất hiện sinh.*

III. Lục bát cách tân: *Tự do nhưng vẫn lục bát*

• Bài thơ không còn 6-8 truyền thống, nhưng nhịp nội tâm, nhạc tính tiềm tàng vẫn giữ hồn lục bát.

• *Sự "gạch nối" trong nhan đề cũng là cách San Phi tự tuyên ngôn về kết cấu mở, phân mảnh, đầy tính hậu hiện đại.*

IV. Kết luận:

Một nàng thơ của thiền – một ấn tượng chủ nghĩa nữ tính
• San Phi không chỉ là một tiếng nói trẻ mà là một nàng Thơ mới…

– lấy tâm làm chất liệu
- lấy không làm hình
- lấy ái tình làm chỉ đạo.

• "Một Gạch. Của Hai" là biểu hiện của cuộc tìm kiếm … thi vị trong thế giới :

~ vừa hiện
– vừa tan
– vừa hóa mây trôi…

NGÃ PHƯƠNG HUYỀN

SAN PHI
Mộng

Một cánh hoa buông giữa cõi trần
Mong manh giọt nắng gọi mời trăng
Gió lay liễu rũ thiền nơi ấy
Bất chợt nụ cười đến mênh mông

Từ lâu thơ ngủ vùi không tỉnh
Bỗng hồn sống dậy đến trực trào
Hoa nở trên thơ, thơ say nắng
Tương tư bất chợt đến ngàn sao

Bút mực từ lâu quên nét chữ
Để mù sương trắng cuối trời bay
Để khi nắng đến hoa còn ngủ
Và em cũng dần quên tháng ngày

Có phải thiên mệnh mang anh đến?
Dường như thổn thức vẫn còn đây
Phải chăng tiền kiếp anh đã hẹn
Ký ức xa xưa đậm dấu này!

Lá ngợp bóng chiều đẹp như tranh
Nhân duyên như mộng đợi gối chăn
Một giọt ái nồng trong đáy mắt
Để đầy dang dở lại, được không?

SAN PHI
27,04,25,22,10

SA CHI LỆ
NHƯ CHIẾC LÁ RƠI

…Nàng bước vào đời ta
ôm thiên đường bất trắc
Bởi tình yêu không mặc áo nhân gian
Tà áo xuân khiêu vũ dấu chân nàng
Sao nốt nhạc ngập ngừng bay trong gió…

Giọt sương tan ngấm hồn say tình sử
Đường chiêm bao rơi rớt ánh trăng thề
Cơn gió nhẹ lao xao thuyền kỷ niệm
Sẽ về đâu khi tuổi đẫm sơn khê

Ta cứ tưởng xuống trần rong chơi mãi
Nào ngờ đâu chớp mắt mỏi chân rung
Đời phải chăng chỉ là cơn ác mộng
Như chiếc lá rơi vào cõi tận cùng

Xới giấc ngủ khói hồng loang khắp nẻo
Ngợp giường mây gối gió ấp chăn sao
Tay chim lạc theo dấu chân cỏ rối
Đâu bến bờ trăng ướt đẫm thanh tao

Mưa tinh khôi rơi chập chùng trinh tiết
Ta dìu em xuống mấy ngã luân hồi
Suối thiêng liêng soi bóng nai nhả nhạc
Nghe bốn mùa bất chợt rụng thiên cơ

Ta nhìn em cuộc đời run bám chặt
Em nhìn ta tỏa hằng vạn kiếp thu
Cùng lắng nghe tiếng rộn ràng nhân thế
Chúng cho nhau nghìn danh vọng sương mù

SA CHI LỆ

SA CHI LỆ
LỤC BÁT RỜI

Kiêu sa tháng sáu chia hai
Vịnh vai ảo giác lưu đày tuổi tên
Mời em trang điểm ngủ quên
Rừng khuya lên đỉnh mon men lạc hồn
Mặt trời bỗng vỡ tan hoang
Ta bơi đuối giữa oan khiên cõi về
Cho dù nghìn kiếp đam mê
Cũng không bằng nửa một ta dương phai
Nhớ em sao chữ cuồng say
Rớt rơi từng mảnh thiên thai chập chùng…

Cúi đầu mộng đổ nghiêng vai
Nghe từng hơi thở trải dài bóng em
Hạt mưa tháng sáu ngoan hiền
Đọng bờ tình ái con thuyền neo trăng
Rung rinh gợn sóng phiêu bồng
Giật mình nghe vọng còn không ngày về

SA CHI LỆ
Tháng sáu TORONTO

HUỲNH VIẾT TƯ
Hát bài chòi

Hát bài chòi thường được tổ chức vào dịp Tết Nguyên Đán. Hát bài chòi là một loại hình nghệ thuật dân ca và trò chơi dân gian đặc trưng ở miền Trung Việt Nam. Phạm vi nghệ thuật bài chòi gồm 11 tỉnh, thành phố miền Trung từ Quảng Bình đến Bình Thuận (không bao gồm các tỉnh Tây nguyên). Các tỉnh theo thứ tự từ Bắc xuống Nam là: Quảng Bình, Quảng Trị, Thừa Thiên Huế, Đà Nẵng, Quảng Nam, Quảng Ngãi, Bình Định, Phú Yên, Khánh Hòa, Ninh Thuận và Bình Thuận.

Không gian bài chòi ở Hội An - Ảnh Huỳnh Viết Tư (2025)

Bài chòi về sau này đã được phát triển thành một loại hình sân khấu ca kịch và được UNESCO công nhận là di sản văn hóa phi vật thể đại diện của nhân loại từ năm 2017. Xuất phát từ cách đây hơn trăm năm, bài chòi được sáng tạo ra khi người dân trong làng lập những chiếc chòi cao trong rừng và hô to khi thấy thú dữ phá hoại mùa màng xuất hiện. Để phù hợp với hoàn cảnh khi đó, người trên các chòi vừa hát vừa hô đối đáp nhau giữa chòi này với chòi khác, kết hợp ra lối chơi bài tứ sắc. Qua thời gian, để nhiều người có thể biết cách chơi hát / hô này, những cuộc giải trí dần dần được nâng lên thành hội Bài chòi. Những lời hô/ hát bài chòi là những đoạn thơ 4, 5 chữ theo điệu vè và phổ biến nhất là thơ lục bát, lục bát biến thể, song thất lục bát. Lời hô/ hát bài chòi không có nét nhạc cố định mà tùy theo thanh giọng của câu thơ, dựa trên 6 làn điệu chính: Xuân nữ cổ, Xuân nữ mới, Cổ bản, Xàng xê cũ (lụy), xàng xê mới (dựng), Hồ quảng (còn được gọi là hò quảng).

Trò chuyện với với Bác Trần Hồng, Nhạc Sỹ/ NNC về Văn hóa - VNDG, đặt biệt là Bài chòi:

Ham mê cái thứ bài chòi
Bỏ con hắn khóc cho lòi rún ra
Bài chòi cứ đánh mà chơi
Dẫu mà để ruộng có tôi trông chừng
Tiết xuân thôn xóm tưng bừng
Kẻ chào thưa thím, người chào thưa anh
Mấy chú chạy hiệu thiệt lanh
Miệng hô, rút thẻ, loanh quanh chín chòi.

Bài là quân bài (32 con) và chòi là chỗ ngồi người chơi. Có thể gọi: đánh bài chòi, hát bài chòi, hô bài chòi và chơi bài chòi. Chòi có nóc cao hơn đầu người và bậc thang leo lên để ngồi; chòi làm bằng tre lợp tranh (mỗi mái 2 tấm) chia thành 2 dãy, mỗi dãy 5 cái. Chính giữa là chòi hiệu (chòi tổng), nơi đặt trống và một cây tre, cao quá đầu, trên cùng là ống chứa 32 thẻ tre dán hình 32 quân bài, có tên như học trò, nọc thược, bạch tuyết, thái tử, nhì nghèo, thằng bí, lá liễu, tám tiền….

Tg và Nhạc Sỹ - NNC về Văn hóa VNDG Trần Hồng – Ảnh Thanh Trà (2022)

Mỗi chòi có một hay hai người chơi (hùn tiền mua). Mỗi người mua một cây bài là một thẻ tre có dán 3 con bài, tương ứng với 3 trong 32 con của chòi tổng. Mỗi lần hô, sau một tiếng trống, người chạy hiệu, tay cầm lá cờ và một con bài mang đến cho ai có bài trùng tên. Khi trùng ba con liên tục với thẻ mình đang có, người chơi sẽ thắng (gọi là tới), nên còn có tên "bài trùng". Một hồi trống vang lên thật dài, thật to, trong tiếng reo vui của người vừa "tới". Tiền thưởng bằng số tiền 10 chòi mua trích lại 1/10 cho chòi tổng, tức ban tổ chức (thời nay tiền thưởng được quy ra bằng hiện vật, ví dụ như chiếc lồng đèn…). Cái hay của bài chòi không nằm ở chỗ thắng thua. Nó hay ở chỗ "hô" bài chòi. Người hô thuộc rất nhiều bài thơ, bài vè, điệu hát,... Trước khi công bố tên con bài sẽ có một bài như thế xướng lên. Người chơi nhiều, chơi quen, sẽ hiểu bài ấy ám chỉ một tên của quân bài trùng. Người ngồi trên chòi sẽ gõ tiếng mõ để anh hiệu biết, đến kiểm tra trước khi trao cờ.

Bà con cô bác lẳng lặng mà nghe
Tui hô cái quân bài, con gì nó ra đây...

Tiếng hô bài chòi rất to và lảnh lót, nhưng cũng có lúc trầm bổng, có lúc du dương, khi khoan, khi nhặt… Khi thấy các chòi ở tình trạng sắp có người tới, tức ai cũng "thủ" 2 chiếc cờ, người hô sẽ từ tốn, đĩnh đạc, tìm một bài hát hay bài thơ dài, như một cách "câu giờ" trong bóng đá, để bàn thắng thêm hồi hộp và hấp dẫn. Tiếng còi của trọng tài vang lên dứt khoát, không khác chi câu cuối của bài hát cho biết chiếc cờ thứ ba báo hiệu chòi nào chiến thắng trong cuộc chơi:

Gió nam thổi xuống lò vôi
Nghe rằng bạn đã có đôi ta sầu
Ta sầu mượn tiếng đàn bầu
Tình tang tang tích gởi sầu cho ai
Cũng do ông mối bà mai
Làm cho bướm rã ong phai bất bình
Ý mẹ cha như cột đóng đinh
Em đâu có phải bạc tình cùng ai
Bởi chúng mình không duyên nợ trúc mai
Anh âm thầm nuốt lệ tiễn ai đi lấy chồng
Em lấy chồng là vâng mệnh song thân
Em vui duyên mới còn nhớ chăng lối về
Lối về xóm cũ làng quê
Có vầng trăng soi bóng hẹn thề lứa đôi
Giờ anh sống cảnh cút côi

Bởi vầng trăng ai xẻ làm đôi dặm trường
Anh giờ như con quốc kêu sương
Em làm thân con lá liễu vẫn còn vấn vương nợ tình.
Lá liễu huớ… Lá liễu?

Lúc đó tiếng trống chòi tổng giục lên liên hồi và vang một hồi dài chấm dứt. Tiếng mõ ở chòi thắng vẫn còn nghe gõ đều, như tỏ bày niềm vui tưng bừng... Một anh lính hiệu sẽ mang đến người "tới" số tiền trong một chiếc khay cẩn xà cừ, bên cạnh là mấy miếng trầu trong đĩa cho người thắng là bà, hoặc một ve rượu với chiếc ly cho người thắng là ông (thời nay người ta không còn làm thủ tục này). Số tiền thắng sẽ để lại một hai đồng cho ban tổ chức. Những người cao tuổi rất thích tham gia chơi bài chòi, họ sẽ thưởng cho người hô bài chòi tùy ý khi mình được may mắn. Dù ván chơi kéo dài nhưng họ vẫn thích, thích nghe "hô" bài chòi.

Tay bưng dĩa muối, nắm dầm
Vừa đi vừa chấm té ầm xuống mương
Ông ầm huớ Ông ầm?

Hay:

Một hai bậu nói rằng không
Dấu chân ai đứng bờ sông hai người
Tứ cẳng huớ… Tứ cẳng?

Tg t gia hội bài chùa - Ảnh Nguyễn Thuận

Có những câu hát của anh Hiệu làm cho cả hội bài chòi cười nghiêng ngả bởi tính hài hước, vui nhộn, ý nghĩa sâu xa, lời tuy tục nhưng hiểu đúng rất thanh, rất gần gũi, dân dã và đời thường:

Cu tôi ăn đậu ăn mè
Ăn chi của chị chị đè con cu tui
Chín cu huớ… Chín cu?

Hay:

Lấy chồng từ thuở mười ba
Chồng chê em bé không nằm với em
Đến khi mười tám, đôi mươi
Em nằm dưới đất chồng lôi lên giường
Lên giường anh nói anh thương
Một anh thương, hai anh thương, ba anh thương...
Anh thương chi hung rứa
Cho bốn cái cẳng giường nó rung rinh
Tứ cẳng huớ… Tứ cẳng?

….

Ông Huỳnh Viết Chấp (1933-2022)

Ngoài lời hát Bài chòi với các làn điệu đã nêu, là sự hòa quyện giữa các làn điệu dân ca Nam Bộ với lối nói, lối hát của tuồng. Các nghệ sĩ hát bài chòi đã sáng tạo nên nhiều điệu lý, câu hò khác như hò Chèo thuyền, hò Khoan, hát Ru con, vè Quảng, hò khoan suông, hò đối đáp và các điệu lý được biến thể: lý con sáo Quảng, lý con ngựa Quảng, lý thương nhau, lý vãi chài… hết sức đa dạng và phong phú. Nội dung và ý nghĩa của diễn xướng dân ca bài chòi là ca ngợi quê hương đất nước, con người xứ Quảng và làng quê mình. Có lúc người hô cũng để cập đến thói hư tật xấu, bài trừ mê tín dị đoan theo giọng "trào phúng" và có lúc xử dụng ngôn ngữ "nói lái" của người xứ Quảng làm cho người nghe thích thú, cuộc chơi ồn ả tiếng cười vui…

Ở làng Cẩm Nam - Hội An, cứ trước khi Tết Nguyên đán đến, mùa xuân về cả nửa tháng, ông Huỳnh Viết Chấp cùng với các anh bên mẹ của ông như ông Phan Phụng, Phan Tăng và một số người cùng trang lứa trong làng, chuẩn bị vật tư làm chòi. Khu vực thường chọn là sân trường tiểu học cộng đồng Cẩm Nam, ở khối Xuyên Trung hay ngã tư chỗ đường chính liên thông xã (nay là đường Nguyễn Tri Phương) và đường nối 2 bờ sông Thu Bồn, (hiện nay là đường dẫn vào khu du lịch "Ký ức Hội An"- ngày trước chỗ này ít nhà nên đất rộng). Thời gian chuẩn bị đâu vào đó thì lâu nhưng thời gian chơi bài chòi thường chỉ giới hạn trong ba ngày Tết. Mọi người chơi trong không khí vui vẻ để lấy hên, lấy lộc đầu năm…

Ngoài cái giọng Quảng khá thuần thục, ông còn cười nói có duyên nên luôn thu hút khách. Do có tài ứng tác và tự chuyển các thể loại khác như tân cổ giao duyên, hát lý, dân ca khu 5, diễn thơ Lục Vân Tiên, ông thường là ghép các câu khác nhau trong Truyện Kiều để tạo ra nghĩa khác, ứng với văn cảnh phù hợp, có thể thêm, bớt chữ do người đặt làm ra…. Trong khi hô bài chòi mà ông thuộc nằm lòng nhiều bài hát, bài thơ là lục bát hay song thất lục bát, để luôn luôn tạo kết quả rất bất ngờ đến thú vị, vì người chơi bài chòi được "ông tổng" dẫn dắt đi từ ngạc nhiên này đến ngạc nhiên khác, có lúc người xứ khác đến chơi nghe người Quảng hát/ hô đậm chất giọng "Quảng Nôm", nên cũng "ngẩn tò te" chẳng hiểu chi mô tê răng rứa… Sau này khi đã là một cậu thiếu niên, hắn đi theo ông chèo ghe đi mua hàng tại các tiệm tạp hóa ở bờ sông Bạch Đằng, gồm các loại chén, bát, ly tách, ấm trà… mang về để phát thưởng cho người "tới" (thắng trong cuộc chơi), rồi tập tểnh làm vai chú lính hiệu, đi trao cờ và giao phần thưởng cho người "tới". Luôn tiện nghe hô bài chòi, nhất là những bài ứng tác hay xuất khẩu thành thơ, thơ "bài chòi". Ứng khẩu bất ngờ mà đúng trạng huống sẽ tạo cái hay đồng thời tạo bất ngờ, khó ai đoán được… con gì sẽ ra đây!

GS-TSKH Tô Ngọc Thanh – Chủ tịch Hội VNDG Việt Nam và Tác gỉa - Ảnh Hội VNDG Đà Nẵng (2016)

Trong một lần đến giảng bài cho lớp nâng cao kỹ năng nghiên cứu, sưu tầm về văn hóa - văn nghệ dân gian tại thành phố Đà Nẵng, GS-TSKH Tô Ngọc Thanh, chủ tịch Hội Văn nghệ dân gian Việt Nam, chia sẻ: Hãy bắt đầu cho việc nghiên cứu tại địa phương của mình, nơi chôn nhau cắt rốn, là quê hương của mình vì đó là môi trường thuận lợi nhất, là tài nguyên sẵn có của nhà nghiên cứu. Việc nữa, là dùng đúng ngôn ngữ dân gian để diễn tả, bởi đó là lời ăn tiếng nói hàng ngày của người dân; chúng gồm các từ, cụm từ hay câu nói có tính cố định như là quy ước, nói ra ai cũng biết, cũng hiểu; đây là những lời quen thuộc, để cập đến mọi nhân tình thế thái…

Xã hội Việt Nam, thời trước 1945 cho đến về sau mới có phong trào xóa nạn mù chữ trong toàn dân gọi là “Bình dân học vụ”, ở nhà quê có ai biết chữ nhiều đâu, huống chi là những thuật ngữ khoa học của ngành y như âm hộ, dương vật, giao hợp,… chẳng ai biết là cái chi chi, nên khi nói về quan hệ trai gái, thay vì nói “nung l… đỏ mặt, nung c… đỏ tai”, thì lại nói: “các bà đỏ mặt, các ông tía tai”. Tuy có làm người nghe “mắc tịt” nhưng vẫn cứ lóng tai thỏ mà nghe, đó là cách khi nhìn bề ngoài có thể đoán được các yếu tố bên trong một con người:

Trông mặt mà bắt hình dong
Con lợn có béo cỗ lòng mới ngon
Những người thắt đáy lưng ong,
Vừa khéo chiều chồng lại khéo nuôi con.
Sách cổ Trung Quốc có câu:
Hồng diện đa âm thủy
Trường mi hạ tố mao
Triết yêu âm huyệt hạ
Trường túc bất chi lao

Theo nhận định của các nhà nhân tướng học, xưa kia khi nói về mối liên hệ giữa ngoại hình với nhu cầu tình dục của người phụ nữ và họ gọi tướng mạo trên là "tướng dâm". Dịch theo kiểu dân gian là: "Mặt đỏ thì l… nhiều nước / Mi dài thì l… nhiều lông / Eo nhỏ thì ... "lò tôn"! Chân dài thì đ… không biết mệt nhưng để tránh quá thô tục mà bằng chất liệu thơ lục bát, ông Huỳnh Viết Chấp đã chuyển thành những khổ thơ đã được phổ biến:

Những cô má đỏ hồng hồng,
Nước nôi tát mấy gầu sòng cho vơi.
Lại còn mấy ả mi dài
Lông thì đốt được một vài thúng tro.
Những cô lưng thắt tò vò
"Bím" kia có thể chở đò sang ngang.
Những cô cao cẳng chân giang,
Một đêm ..."quất" hết cả làng trai tơ.
Hay như:
Mấy cô đùi ếch chân cua
Cả làng ra... ấy chào thua cả làng
Mấy cô thắt đáy lưng ong
Trời mưa lớn mấy cũng không ra ngoài.
Mấy cô mắt phượng mày ngài
Lông thì đốt được một vài thúng tro.

Tuy vậy nhưng người nghe hát cũng đã liên tưởng và hiểu ngầm với nhau hết, nên ai cũng phì cười hả hê sau những tháng ngày lao động cực nhọc:

Bì bạch như phấn (da trắng như phấn)

Nhục nhuyễn như miên (thịt nhũn như bông)
Nhũ đầu chỉ địa (đầu vú chỉ xuống đất)
Hung cao điến kiêu (ngực ưỡn đít cong)…

Trong cuốn "Thơ tục cổ kim", bài này đã được dịch một cách sống động; thi ngữ của bài dịch vừa "nói nguyên con, nguyên cái", vừa nói phét một cách rất hài hước " trên trời dưới đất nghe" bằng ngôn ngữ của người bình dân trong văn nghệ dân gian. Sếu và giang là những lọai cò có chân dài, nên nói "cẳng sếu" là cẳng dài. Đọc xong bài dịch nghe khá tục nhưng cũng vô cùng thú vị và hấp dẫn:

Những cô má đỏ hồng hồng.
Nước lồn tát bẩy gầu sòng chưa vơi.
Những cô mày rậm mi dài,
Lông lồn đốt được một vài thúng tro!
Những cô thắt đáy tò vò,
Cửa lồn rộng phải gọi đò sang ngang!
Những cô cẳng sếu chân giang,
Nứng lồn thách phét cả làng không thua.
….

Ngày nay, ở Hội An tổ chức chơi bài chòi mỗi tối, nhất là trong mùa du lịch, có cả khách du lịch trong và ngoài nước, cả "tây" và "ta" cùng tham gia. Họ trải nghiệm văn hoá dân gian của người Quảng Nam. Chòi được làm cố định tại vị trí gần chùa Cầu, nhìn ra sông Hoài, bên kia là khu chợ đêm An Hội. Tuy cũng làm bằng tranh tre nhưng rất công phu, mái, sàn, trang trí đẹp đẽ, khi màn đêm buông xuống, nhiều màu sắc với âm thanh dịu vợi và ánh đèn màu cổ tích. Tuy nhiên theo nhà nghiên cứu VHDG, nhạc sỹ Trần Hồng: Vì muốn mau "tới" để làm được nhiều phiên nên nội dung bị BTC rút gọn, chưa phản ảnh đầy đủ tính nghệ thuật của bài chòi. Điều này ban tổ chức cũng nên rút kinh nghiệm để phục vụ tốt hơn. Tuy nhiên ở Hội An loại hình nghệ thuật này đang được bảo tồn, lưu truyền, phát huy rất tốt trong cộng đồng dân cư và phục vụ khách tham quan trong và ngoài nước.

HUỲNH VIẾT TƯ

HUỲNH LIỄU NGẠN
MÙA LÁ LỰC

Bắt gặp ánh mắt
từ một mùi hương cũ
tháng ba trở mình theo làn áo mỏng
trắng như giấc mộng
trên hàng cây cơm nguội

mà cứ ngỡ
tiếng ai mở lại tâm hồn
để phủi đi hạt bụi
có từ lúc ngồi bên nhau
vào những năm dại khờ nhung nhớ

thật bất ngờ
khi thấy chiếc lá đổi màu
rơi vào tiềm thức của một loài sâu
là lúc con tim thức dậy
đếm từng vì sao
đã lạc mất từ thuở ban đầu.

HUỲNH LIỄU NGẠN
12.6.2025

TRỊNH MINH HIẾU
Quê chồng

Hai vợ chồng còn đang ngon giấc điện thoại đã réo. Ai gọi sớm thế? Tiếng của mẹ:

- Con à. Hôm qua mẹ điện mấy lần mà không được. Chú Mậu mất đêm hôm qua rồi. Sáng nay đưa đi sớm. Con phải về đưa ma... Không đi, ít nữa đến lượt mẹ, ai người ta khiêng ra đồng cho.

- Vâng. Vợ chồng con sẽ về ngay! Nhưng chắc không kịp đưa.

- Thì đành đến chia buồn vậy. Muộn còn hơn không.

Vợ Dũng cằn nhằn:

- Mẹ toàn lo chuyện người. Khua con khua cháu dậy sớm thế.

- Lệ quê là vậy mà em…

- Quê.ê…ê! (vợ Dũng trề dài giọng)

- Mệt hết người! Tuần này còn ứ bao nhiêu việc. Ông ấy chắc gì đã phải họ nhà mình? Hay là… không về?

- Anh đã hứa với mẹ rồi. Phải về!

Lời Dũng nhỏ nhưng gắn. Mặt vợ Dũng khoặm lại khó chịu.

Hằng gốc gác miền trong nhưng được sinh ra ở Hà Nội. Từ bé đến lớn, mỗi lần bố mẹ đưa về quê, Hằng đều giãy nảy đủ lí do là về không có đồ chơi, không có bạn, không có điện, không có nhà tắm… Rất sợ nhà quê. Ấy nhưng, ghét của nào trời trao của ấy, Hằng lại lấy Dũng, “nguyên chất” nhà quê. Bố Dũng mất sớm, hai chị gái đã lấy chồng nên Dũng năng về quê. Dũng thích quê. Còn Hằng, về quê là cả một vấn đề.

Những ngày đầu về quê chồng, Hằng sợ đủ thứ. Sợ cả gián, cả chuột, cả cóc… nên không bao giờ dám ra vườn một mình. Dũng còn được Hằng phong làm giám đốc công ty WCD vì mỗi lần đi vệ sinh Hằng đều bắt Dũng đứng ngoài. Lần đầu tiên đun bếp rơm, Hằng cứ tống một đùm rơm to. Lúc đầu khói um sau lửa bùng bùng lên làm Hằng sợ quá hét ầm lên, làm cả nhà cười rũ ra trước sự vụng về đáng yêu của nàng dâu mới.

Sau dần, những cái sợ của Hằng thì… không còn đáng yêu nữa. Nàng sợ ruồi. Chỉ cần một con ruồi đậu vào bát thức ăn là Hằng không dám gắp. Nàng sợ mất ngủ. Trời vẫn tối đen, mẹ đã bật điện sáng trưng, đi lại loẹt quẹt để quét quáy, dọn dẹp. "Ai bắt mẹ anh phải thức khuya, dậy sớm, vất vả như vậy? Gió chướng, sương độc, ốm ra đấy thì lại làm khổ con khổ cháu"…

Hằng cứ chê bôi thế này thế kia khiến nhiều lúc mẹ Dũng tủi thân khóc thầm. Mẹ chồng thường rất đúng, con dâu cũng khí phải, Dũng không biết dàn xếp ra sao nên nhịn lại. Được cái, Hằng rất yêu Dũng nên thường sau những lúc ấy, nàng lại nhận lỗi. Để rồi mỗi lần về quê như lần này lại sinh chuyện…

Từ Hà Nội về quê ba mươi km. Dậy từ sớm, sắp xếp lỉnh kỉnh, lùng tùng đến chín giờ mới đi được. Bắt đầu ngồi lên xe, cu Nghé đã sung sướng reo lên:

- Ôi về quê thích quá!

- Thích cái gì mà thích. Đưa tai đây để mẹ nút bông!

- Ứ. Con không nút đâu.

- Không nút bụi bẩn viêm tai đấy.

Nói rồi Hằng lấy khuỷu tay kẹp chặt cái đầu của cu Nghé để nhét hai cục bông to tướng vào hai lỗ tai.

- Phát sợ vì bụi! Ô tô thì không có. Cứ thế này cả đời thì…

Dũng nghe vợ cấm cảu nhưng cho qua. Giờ chỉ cần nói thêm một câu là to chuyện.

Vừa về đến đầu ngõ đã thấy tấp nập người đi lại. Dũng xuống xe, bỏ mũ ra chào các ông các bà. Vợ Dũng miễn cưỡng xuống theo chồng. Có đến năm sáu người toàn ông già bà già quây lại xe để hỏi han nhưng thực chất là nhìn vào Hằng:

- Thế hai cháu ở Hà Nội bây giờ mới về đến đây hả?

- Vâng ạ.

Có tiếng xì xào:

- À dâu bác Sang đây. Hôm nay tôi mới biết mặt. Cũng được nhưng… thua con bà Mậu nhiều.

- Ừ thì người Hà Nội nó phải khác.

Hai người khác còn ghé tai nhau:

- Bố mẹ làm sếp to lắm. Nhà giàu… Thôi cũng được.

- Tốt quá còn gì nữa.

- Tôi mới thấy chồng nó chào chứ đã thấy nó chào gì đâu.
- Thế kia là vợ cháu hả?

Dũng vội nhìn Hằng rồi quay ra.

- Vâng. Vợ cháu đấy.

Hằng cố nhoẻn miệng cười:

- Cháu chào các bác!
- Có thế chứ.

Các ông bà hết tập trung vào Hằng, giờ lại xoáy vào khen thằng Nghé.

- Con mẹ này được cái nết đẻ. Trộm vía, thằng cu chó cháu bà trông đẹp giai, kháu khỉnh quá. Giống bố mặt to tai lớn. Sau này lại làm quan đấy.
- Trẻ con thành phố có khác, trắng phấn ra.

Cu nghé được khen hỉnh mũi liền lễ phép đan hai tay trước bụng chào các ông bà rất lễ phép.

Hết tốp này đến tốp khác đi từ trong nhà đám ra. Trong nhà, khói hương vẫn nghi ngút.

Thắp hương xong, hai vợ chồng Dũng ra ngồi bàn uống nước. Hằng chỉ muốn về luôn nhưng Dũng đã kín đáo kéo vợ ở lại. Vừa ngồi xuống, đã có một bà già đến:

- Vợ chồng cu Dũng bây giờ mới về à. Sao không về từ hôm qua để xem tế kèn?

Một bà khác ngồi ở bàn bên kia bắt luôn chuyện:

- Hôm kia đám ma bà Quảng cũng diễn trò Mục Liên hay lắm. Hôm qua diễn trò cũng hay. Hiếm có đám nào như đám này, khắp mặt thuyền toàn tiền mười, hai mươi nghìn trở lên. Con cháu nhiều chết cũng sướng.

Nói xong bà quay sang hỏi Dũng, giọng đầy trách móc:

- Thế cháu bận gì?
- Dạ. Chúng cháu…nhiều việc quá.

Một bà khác chêm vào, lời đầy ẩn ý:

- Ít nữa đón U mày ra ngoài ấy cho sướng.
- Sướng cái nỗi gì! Cái lần tôi ra chơi với con Lan nó đẻ mà tôi muốn về ngay. Nhà thì hẹp. Ai lại, chỗ đi ỉa đi đái lại liền ngay chỗ ăn cơm. Nhà thì lau sạch bóng, đi cứ ngại cả chân. Thế mà mình kềnh ra nó lại nói mình bẩn. Ngủ thì dậy muộn, sáng

bảnh rồi vẫn thấy im lìm lìm. Nằm đến đau hết cả mình mẩy mà nó chẳng dậy cho. Quen ở nhà tinh mơ đã ăn, đói cồn cào cũng phải nhịn. Đúng là sểnh nhà thì thất nghiệp.

Bà Mậu vừa tiễn mấy người khách ra, quay vào liền bị túm hỏi:

- Bà Mậu, tôi hỏi, khí không phải, đếm được tất tần tật bao nhiêu vòng hoa người ta đến viếng hả bà?

- Ở nhà thì có ba tư hay ba nhăm gì đấy. Lúc đưa ra đồng lại có mấy ô tô cơ quan chở vòng hoa đi theo.

- Đám ma ông Mậu nhiều vòng hoa nhất làng đấy!

- Bà tính, cơ quan công an huyện chỗ cháu Thìn cũng đông. Lại còn chỗ cháu Thắng huyện ủy, tuy là con rể nhưng họ cũng về viếng nhiều. Lại còn chỗ cháu Thư, cháu Thanh nữa. Các cháu quan hệ rộng nên bạn bè nhiều. Thôi ông nhà tôi đi có hơi sớm nhưng thế cũng sướng.

- Phải. Ai chết được như ông Mậu. Sướng quá còn gì!

Bà Mậu đáp lời mọi người nhưng không quên tới bên vợ chồng Dũng:

- Để dì bảo các em nó dọn mâm. Hai cháu ăn lưng cơm muối với dì rồi thử về.

Nghĩ đến mâm cơm đầy mùi hương khói, nguội lạnh, ruồi muỗi, Hằng vội xua tay:

- Chúng cháu xin phép phải về vì có việc gấp!

Một bà liếc xéo Hằng, bóng gió:

- Con Thư nhà bà Mậu đây không phải duyên phải số với thằng Dũng. Nhưng bây giờ nó cũng sướng lắm. Hôm qua cơ quan chồng nó đi mấy xe ô tô về viếng. Chồng nó sắm cho vợ cái xe đến gần trăm triệu. Nhà cũng xây năm kia rồi…

Nhắc đến cái tên Thư, người Hằng nóng bừng như phát sốt. Cái cô bạn thời chăn trâu cắt cỏ mà người làng đã gán ghép cho Dũng, tuy không thành đôi nhưng Dũng có chút tình cảm với Thư. Hằng đứng phắt dậy:

- Thôi. Vợ chồng cháu vào chia buồn với gia đình dì. Giờ chúng cháu xin phép về trong nhà.

Dũng đành đứng dậy theo vợ. Chưa đến nhà, Hằng đã sa sả:

- Đám ma gì mà như để khoe của. Làm như con gái nhà bà ấy cả thiên hạ không ai bằng. Sao ngày xưa anh không lấy nó để được hưởng giàu?

- Em thôi đi! Nếu vì địa vị giầu sang anh đã lấy con gái ông thứ trưởng. Sao em không ghen đi?

Vừa lúc mẹ Dũng cũng bế cháu vào nhà.

- Có chuyện gì mà mặt như đưa đám thế?

Hằng cố gượng bình thường:

- Thì vào đám ma mà mẹ.

- Ở thành phố thì mẹ không biết. Song về quê phải khác. Người ta nói đến tai mẹ bảo các con ít mồm ít miệng đấy.

- Thì vào con cũng chào mọi người. Nhưng đông thế, chẳng lẽ đi chào từng người một?

- Thì mẹ nhắc vậy

- Vâng, con biết rồi!

Nói xong, Hằng lắc đầu vẻ ngán ngẩm rồi bỏ vào buồng.

Vừa lúc đó, cu Nghé chạy lại, sà vào lòng bà Sang:

- Bà Nội ơi. Hôm sau con về bà lại cho con vào đám ma chơi nhé. Con thích ra đấy chơi.

- Ừ. Bây giờ hai bà cháu mình lại ra đấy.

Còn lại hai vợ chồng. Dũng vào buồng gọi vợ dậy:

- Em dậy đi. Anh vừa bật bình nóng lạnh rồi đấy. Ăn cái bánh đã rồi có tắm thì tắm.

Hằng vẫn im lặng.

- Em dậy đi. Anh phải đi có tí việc bây giờ.

- Anh đi đâu?

- Thì em dậy đã.

Hằng vội từ trong buồng bước ra.

- Đi đâu! Đưa vợ con về còn mình thì lại đi chơi. Lúc nào cũng bạn bè.

- Nói thế để dậy. Nhìn cái mặt em buông xuống kìa!

Dũng cố pha trò để Hằng vui:

- Được lên ngôi bà. Lại dâu chi trưởng. Ngôi rõ cao. Oai thế còn gì.

Hằng hếch cái mặt lên:

- Oai cái đếch gì. Anh cho ai cái oai đấy thì cho. Làm dâu

thứ trưởng, bộ trưởng còn có tiền có bạc, có danh có giá chứ làm dâu trưởng, chi trưởng thì được cái gì. Đi hầu thiên hạ thì có.

- Chanh chua vừa thôi. Sống quê cha, ma quê chồng. Ít nữa mình chết con cháu phải đưa về làng này làm ma đấy.

Lo vớ vẩn. Điên mà về làng này. Ra hóa thân Hoàn vũ, năm phút thiêu toàn thây!

...!!! * *

Ngủ dậy đã ba giờ chiều vẫn chưa thấy hai bà cháu đi chơi về. Hằng giục chồng đi tìm. Dũng bảo:

- Bao giờ nó về thì đi. Đi muộn một tí thì sao?

- Anh hay nhỉ. Thế năm giờ ló mặt về thì năm giờ mới đi chắc? Có giờ có giấc chứ. Mà đi chơi cùng bọn trẻ ở đây bẩn lắm. Đứa nào cũng nhơm nhếch mũi dãi. Lại hay nói bậy. Hôm nay về phi thẳng sang ngoại xem tình hình ông bà về quê thế nào.

Vừa nói xong, Hằng lại bấm luôn điện thoại:

- A lô. Mẹ à...

Mẹ Hằng hỏi han mẹ Dũng và cu Nghé xong thì kể luôn một hồi chuyện ở quê, nào là hai ông bà khỏe ra, nào là ở quê vui lắm, mộ ông bà xây xong hoành tráng lắm... rồi lại đến lượt dặn con gái về quê phải chịu khó cơm nước, nhà cửa sạch sẽ, không được ỉ lại, ăn nói lễ phép với mẹ chồng, phải ra thăm mộ ông bà tổ tiên kẻo trâu bò rồi trẻ con nó phá, sống về mồ về mả... nói mãi, làm Hằng phát dỗi cắt ngang:

- Vâ.â...âng. Con biết rồi. Lúc nào mẹ cũng nói. Mẹ giữ gìn sức khỏe. Con chào mẹ!

Ngồi thần một lúc, Hằng bảo Dũng lấy xe chở vợ đi tìm hai bà cháu về. Chưa kịp thì tiếng cu Nghé đã reo réo gọi mẹ từ cổng. Vừa vào đến sân, nó đã ríu rít kể:

- Mẹ ơi. Vui thế. Hôm nay bà cho xem con Nghé nhé. Con tên là Nghé, nó cũng tên là Nghé mẹ ạ. Nó kêu ọ ọ to lắm mẹ ạ.

Nhìn thấy con quần áo, giầy lấm lem đất, Hằng đã nhăn lên:

- Sao con lại bẩn thế này?

Mẹ Dũng đến bên rũ lại quần áo cho cu Nghé:

- Kệ nó. Bùn đất cho chóng lớn. Trẻ con phải chạy chơi đùa nghịch chứ cứ ngồi một chỗ cho đù người ra. Hôm nay bà cho ra đồng đấy. Hôm nay Nghé còn nhìn thấy con gì trắng trắng bay bay nhỉ?

- Con chim. À con cò. Con cò nó bay bay mẹ ạ.

- Chết! Ra đồng nhiều gió, hôm nay về ốm mất. Lần sau bà đừng cho nó ra đồng.

- Ứ. Lần sau về con lại ra.

- Không ai cho con ra cả.

- Con ra một mình. Con biết đường đi rồi. Ra khỏi cổng nhà mình rồi đi vòng vòng là đến bà nhỉ.

- Mẹ cấm nhé!

- Thế con không đi một mình. Con đi với bà.

- Đi với bà cũng không được.

Cu Nghé xỉu cái mặt xuống:

- Ứ ừ. Không chơi với mẹ nữa.

- Nào cởi hết quần áo ra mẹ thay, vào nhà tắm rửa ráy rồi còn đi!

Bà Sang lại lẳng lặng vào nhà mang ra cái rá đựng độ hai cân gạo nếp, trên đặt mấy quả trứng gà so và xách theo một nải chuối đã lốm đốm chín ra trước cửa. Bà bọc từng quả trứng vào mảnh giấy báo đã được cắt nhỏ. Dũng ngồi cạnh căng miệng túi vải để mẹ cho trứng vào.

Tự nhiên, trong nhà tắm tiếng cu Nghé khóc ré lên. Hằng hốt hoảng chạy đến trước bà Sang:

- Bà cho cháu ăn gì mà mồm nó tanh ngóe, lưỡi đen, răng đen thế?

- À. Nó ăn con muỗm chứ ăn gì đâu. Thằng con nhà Nghiên với con nhà Bút, hai anh em nó vừa chăn trâu vừa bắt châu chấu cào cào. Thấy anh Nghé ra, quý anh, nó vo giấy với mấy cái lá khô nướng luôn con muỗm cho anh. Bà kiểm tra rồi. Con muỗm chín vàng, đuôi còn bị cháy ra bà mới cho ăn.

Hai chân Hằng như giẫy nảy lên:

- Chết mất thôi! Sao bà lại cho cháu ăn thế? Ăn vớ ăn vẩn! Có khi đang trên đường đi phải gọi cấp cứu.

- Ăn muỗm thì có làm sao mà em làm ầm lên thế? Ngày bé anh ăn suốt.

- Thức ăn mua về còn phải ngâm nước muối, sục bình ô

zôn mới dám ăn. Đây con sâu con bọ nhiễm đầy bụi bẩn đất cát, bay đậu linh tinh thế mà cho vào nướng rồi ăn sống ăn xít. Có anh mới ăn thế chứ không ai ăn thế cả!

- Hu hu…

Cu nghé bật khóc. Bà Sang chạy ra ôm cháu dỗ dành:

- Nín đi con! Lần sau bà không dám cho ăn nữa không mẹ lại đánh oan.

Cu nghé như trút cơn tủi thân khóc nực khóc ngạt. Mẹ nó vẫn kéo ra để nhét hai cục bông vào tai làm nó càng khóc to hơn. Bà Sang rơm rớm nước mắt thương cháu.

Dũng dắt xe ra khỏi cổng, chờ Hằng ngồi lên mới nổ máy. Qua lớp khẩu trang, lớp khăn voan, Cu nghé thò tay ra vẫy vẫy, nhỏn nhẻn chào bà.

Không rõ tại sao mà hôm nay bà Sang thấy hơi xăng từ chiếc xe máy quá ngột ngạt. Tiếng xe thì gằn đến chói tai. Đầu bà tự nhiên ong ong khó chịu. Bà đờ đẫn quay vào nhà nằm.

Vừa mới thiêm thiếp, bà Sang chợt bừng dậy. Có tiếng rầm rập trong ngõ. Bà vùng dậy chạy ra cổng. Con dâu bà mặt nhăn nhó, chân thập thễnh được con gái bà Khang dìu đi trước. Mấy người xách đồ đạc đi sau. Cu Nghé được bố bế trên tay. Nhìn thấy bà, nó khóc to lên rồi suột xuống chạy ôm chân bà. Chưa kịp hỏi thì giọng ông Ba Sự đã oang oang:

- Thật phúc cho nhà bà!

Bà Sang lặng người, mặt tái nhợt. Bà Tuy vừa bước vào cổng đã lên tiếng:

- Hôm nay nhà bà phải ăn mừng to. Tưởng phải đi cấp cứu cả nhà. Xe thằng cu kia toang hết cả cái yếm. Đây, tôi mang cho cái lọ này.

Bà Tuy bảo Hằng vén cao ống quần lên. Rồi bà giơ cái chai bé như chai rượu cúng về phía bà Sang:

- Bà nhìn, loại mật gấu này tốt lắm. Có tày hạt đỗ mà ngấm xanh cả cái lọ. Cháu Thịnh được bạn tận Cao Bằng cho đấy. Bác xoa cho, đêm nay là hết sưng, mai đi làm bình thường cháu à.

Bà Tuy đổ một tí ti đủ ướt lòng bàn tay rồi xoa đi xoa lại xung quanh đầu gối rồi kéo xuống bụng chân Hằng một cách khéo léo. Có lúc bà bóp mạnh đến đau điếng, lúc nhẹ mơn man một cách lành nghề.

Hàng xóm kéo đến mỗi lúc một đông, loáng cái đã chật cả

góc sân. Mọi người đổ dồn nhìn bà Tuy xoa bóp chân cho Hằng. Ngộp trong im lặng. Hằng thấy ân hận đến sợ hãi. Tất cả mọi người đều mộc mạc, quê kệch. Từ cái quần, cái áo, đến nước da se se rám nắng. Những bàn tay, bàn chân thô nhám còn bám màu đen của đất. Tiếng nói đặc sệt âm thổ vùng đồng chiêm trũng. Họ chân thật đến vụng về. Vậy mà, có lúc cô đã ngấm ngầm miệt thị, bằng tâm đến ngạo mạn. Lúc cả nhà ngã vật ra đường, ngay lập tức, mọi người hốt hoảng chạy bổ đến nâng cả nhà cô dậy. Sự hỏi han lo lắng của mọi người làm cô bật lên cảm động. Giờ, cô đã hiểu hơn tình làng nghĩa xóm. Hiểu được sự cậy nhờ giúp đỡ cảnh mẹ góa con côi mà mẹ chồng thỉnh thoảng kể lại. Nhìn mẹ chồng tóc đã phủ bạc, vẻ mặt phiền muộn, lo lắng, cô lại nhớ đến chuyện xảy ra trước khi đi. Cảnh mẹ cứ lặng lẽ gói gém từng cân gạo, quả trứng cho cháu. Cảnh bà ôm cháu, cháu thì khóc ngặt, bà thì rơm rớm. Bà đã không đúng sai, không nặng nhẹ với dâu để giữ hòa khí. Còn người mẹ nào chịu đựng hy sinh cho con hơn thế?... Tự nhiên, nước mắt cô cứ chảy ra rơi xuống cả tay của bà Tuy. Bà Tuy ngẩng lên nhìn cô cười:

- Con gái thành phố có khác. Mới sượt da chân đã khóc.

- Đau thế này đã vấn gì?… Chân nõn nà, ngọt như đôi đòng đòng thế này, cứ như ngày xưa còn cấy gặt nhiều, có khi chưa thò chân xuống nước, đỉa đã vây kín vòng trong, vòng ngoài, có mà chạy hết hồn hết vía.

Mọi người cười rũ. Nước mắt vẫn chảy nhưng Hằng vẫn bật cười theo. Phút chốc bỗng xóa đi những gì lạ lẫm mơ hồ trước đây. Sự gần gũi, ấm áp của mọi người như mở lòng, kéo cô lại gần, làm vết đau nhẹ hẳn. Nghe những tiếng nói, tiếng cười vui vẻ, nhìn từng dáng hình tần tảo dân giã, cô cảm giác như đã như rất thân quen, như đã tạc vào ký ức từ lâu. Sực nhớ đến lời của chồng: "Sống quê cha, ma quê chồng. Ít nữa mình chết, con cháu phải đưa về làng này làm ma đấy!", cô thấy hoang mang bối rối. Có lẽ, đây là lần đầu, cô ý thức được rõ ràng về bổn phận, trách nhiệm, "thuyền theo lái, gái theo chồng". Vậy là, từ lâu, cô đã thuộc về nơi này, mảnh đất này, bầu trời này. Quê ngoại, là nơi cô sinh và lớn lên. Còn đây, là quê nội, quê chồng, quê cha đất tổ.

TRỊNH MINH HIẾU

VIÊN DUNG
ÁNH NHÌN CHIM BÓI CÁ

Bóng mùa xuân chơi khuất nắng
sen nở đầy ngoài chuôm vắng đầy hạ
nồng vây em, choàng buông thả
cọng sen quặp, chim bói cá thầm tra

đường tháng tư qua, biệt dã
anh xa, nào biết em khỏa thơm tho
còn nhớ tắm truồng thuở nhỏ
nay, mùa nhan sắc trời cho em đầy

tiếc chăng, đợi em lớn, thấy
ánh nhìn chim bói cá anh ngất ngây
chuôm sen đứng buồn động đậy
hầm hập nóng, em khỏa bày, gió láy

thiếu ánh nhìn anh hấp háy
lấy ai làm kỷ niệm dáng em khoe
chim bói cá bay, lặng lẽ
chiều vơi nồng, em khép khẽ dáng khoe
25032025

OÁN NIỆM

cha ta từng là chủ
cả khu vườn sầm uất nầy
của giang sơn mặc định
đến phiên ta, đu đưa trên định hướng
ông ấy khuyên dừng lại và xá miễn

đêm hôm, lý gì thí chủ đến thăm ?

dạo này, ta thao thức nửa đêm
có khi, trộm thấy cha 'hừm' trách, mà lòng rất sợ

lão hòa thượng à, lẽ nào công cán cả đời
ta không thể rửa sạch tội ?

xưa giờ, công thì do người khác định
quá khứ, còn hay không thì do mình tính
tâm, muốn an bình
thì đừng để lòng chỗ trọng khinh

ạ ! ta xử sự chưa phải công bằng ?

đừng xem nhau như kẻ thù
hãy buông đi chuyện quá khứ
đối xử bình đẳng với thù cũ
vì sử đã sang trang

vậy là ta phải nhận ta đang sai à ?
hừ, dẫu có sa địa ngục cũng không nhận
sống chết cả nửa đời đối địch, để đạt được lý tưởng
mà sai à ? nhất quyết ta không nhận

vậy là thí chủ vẫn cố chấp cựu thù. hãm hại mãi
sẽ xẩy tay văn minh tinh thần đấy
tâm nầy, người sẽ vấy đầy uất hận
thí chủ cần dũng khí đối mặt tiên tổ

nói bậy ! nói bậy !

hậu nhân thí chủ rồi sẽ như vậy
đến lúc oán niệm nầy tĩnh ngộ thì
thí chủ đã là người quá cố
kịp thời buông, thù bỏ thì lòng mới yên

ồ. . . oán niệm truyền thiên cổ !

VIÊN DUNG
27052020

KHALY CHÀM
âm khúc tặng bạn bè

Chợt nhớ những người bạn. những tháng năm khalycham còn ngụ cư mưu sinh tại vùng đất "nắng nung người" với nhiều kỷ niệm đẹp. những hồn thiêng bạn vns… hôm nay đã hòa nhập vào cõi vĩnh hằng.

1. trần thế tuyển (vạn pháp cung. ttcao đài)
ngực đêm rúc gọi âm hồn
rung cuồng sóng máu càn khôn giật mình
mộ đời trào gió vô minh
dạ thưa: tiền kiếp khởi sinh bao giờ?

2. xuân quang (sở vhtt.tn)
khói hình hú ám cơn mơ
phố khuya nhọn hoắt ma chờ ngậm sương
nhấp nhô ảo giác trần truồng
mắt đêm quán tưởng sắc hương ngọt ngào

3. lê công trứ
(duy văn (vhnt.tn)
lưỡi cùn mọc nhánh chiêm bao
mùa trăng lú dại loang màu tái sinh
"gông cùm gãy quặp câu kinh"
sông mê xác dạt phía bình minh chưa

4. nguyễn đức thiện (ptth.tn)
sững nhìn thần vía trong mưa
rền vang tiếng hú . . . gió đưa ngút trời
từng đêm rượu lạnh tím môi
đỉnh đầu sấm nện nước trôi mặt người

5. nguyên thị xuân khanh (bến cầu.tn)
mộng du tìm lại nụ cười

tầm ma trổ nụ trên mười ngón tay
nại hà mấy nhịp lung lay
chơn linh đã vỗ cánh bay phương nào

6. trần duyên tưởng (châu thành.tn)
cúi người lạy tạ ơn nhau
mang mang tuyệt địa vẫy chào tri âm
cuộc chơi cõi trú thăng trầm
tàn tro niệm khúc thơ nằm nhìn trăng!

7. nguyệt quế (gò dầu.tn)
hồn nhiên với đất khô cằn
vực đêm hú gọi… nhập nhằng chiêm bao
vòng quay phủ dụ niềm đau
cũng đành úp mặt tan vào ngày xanh

8. thanh nhàn (bình thạnh, tb.tn)
khói rơm níu bóng độc hành
câu thơ tạ lỗi dỗ dành hồn quê
thèm nghe tiếng mẹ vọng về
hời ru nước mắt não nề âm xưa

9. lê trí viễn (tân châu, tn)
tóc chiều vướng gió xanh xưa
hỏi rằng. thiếu phụ đã vừa nợ duyên
đàn bà trăng nhập linh thiêng
chắt chiu nước mắt tưới triền mộng xanh

10. la ngạc thụy (tx hòa thành. tn)
bóng cười chết sửng âm thanh
an nhiên sỏi đá lệ dành riêng ta!
trợn trừng nhẫn ngón yêu ma
cầm tay phiên bản tụng ca ái tình

KHALY CHÀM
tptayninh mùa đông 2024

NGUYỄN ĐÌNH TỪ LAM
ĐẤT SẪM MÀU TANG

Từ thuở lê gót tha hương xa em lìa xứ
Dáng quê mình rã rệu những lao đao
Mấy trận cuồng phong nát cửa tan nhà
Trận lụt Bất Quá cuốn trôi biết bao di sản
Ngàn năm tổ tiên gầy dựng, tích góp, giữ gìn
Những điện ngọc, nhà cổ, chùa chiền, đền thờ, văn miếu
Bao chuông vàng, mâm bạc, tam sự, ngũ sự…
Chìm đáy sông mất tích - Lưu đày
Núi lở, non mòn trôi lấp sông quê
Con sông thẫn thờ, con sông nghẹn dòng xuôi chảy
Không về được sông Cái, không ra được biển Đông

Đôi mắt em quầng thâm - Mòn mỏi
Đợi mãi bước chân ai quay về
Tóc hoa râm - Nắng cuối ngày thoi thóp
Em thẫn thờ - Ngày tháng chớm hư vô
Em hư ảo - Đời thôi mơ với ước
Vội vội quên như bọt nước sông Tiền

Con sông quê ngỡ ngàng, dòng sông quẩn
Quẩn quanh quê hương, con sông quê tội nghiệp
Xui khiến anh em tương tàn, cha con thù hận
Vợ chồng ly tán, chúng bạn chia xa…
Những trận thư hùng máu đỏ nhuộm tay
Không thương tiếc, không đớn đau, xấu hổ
Máu chảy ruột mềm, nồi da xáo thịt
Máu thịt giống nòi sinh ra cùng mẹ
Nhuộm đỏ lòng sông, con sông quê quanh quẩn
Thấm chìm đất mẹ - Đất sẫm màu, phủ tím màu tang.

NGUYỄN ĐÌNH TỪ LAM

TUỆ TRUNG
Còn đó một niềm đau

Mài mũi tên cho nhọn,
nuôi chí đã ngàn năm.
Giương cung lên bắn, như Hậu Nghệ,
những tưởng mặt trời sẽ vỡ tan.

Mang gươm qua sông Dịch,
mật lớn tựa Kinh Kha.
Rượu kia mới cạn dăm ba chén,
sao đã vấn vương nỗi nhớ nhà.

Tay cầm ngang ngọn giáo,
tiến lên trước ba quân
nghe giặc hét hò ngoài trận tuyến,
nghe nước non mình, tiếng khóc than.

Còn quá nhiều tiếc nuối,
thời gian vẫn dần trôi,
Nhớ ơi thuở ấy, thời trai trẻ,
hôm nay sao vụn vỡ tiếng cười.

Dọc ngang chưa thoả chí,
Chưa sáng đã hoàng hôn.
Có lẽ tang bồng cơn ảo mộng,
đành nơi quán trọ nhìn mưa tuôn.

Muốn vỡ tung lồng ngực,
còn đó một niềm đau.
Có ai viết lại trang bi sử,
giũ sạch cho tan vạn nỗi sầu.

TUỆ TRUNG

TUỆ TRUNG
KHI TÔI VỀ

Khi tôi về,
Đôi nến hồng trên giá nến
chứng nhân cho những cuộc tình
còn lung linh lửa cháy
hay đã lụi tàn trong hoang lạnh mù sương?
Đất nước tôi đỏ một màu tang tóc
Thiêu rụi tiêu tan nghĩa vợ tình chồng.

Khi tôi về,
chậu cúc kia có còn màu vàng tươi rực rỡ
Hay đã héo tàn
khi nụ chửa ra hoa
Những hy vọng bỗng nhiên bị dập tắt
Và tương lai thì mãi vợi xa

Khi tôi về,
không còn ai đưa tay bắt
Họ và tôi
nhìn nhau bằng ánh mắt xa lạ,
không quen
Sao mãi như còn nuôi thù hận
Người đi qua có để lại dấu chân?

Khi tôi về,
quanh tôi là đổ nát,
che lấp mọi lối đi
không nơi nào cho tôi ẩn náu

Phải chăng tôi đang sống
trong thời đại của những cơn mê
để nhìn thấy quê hương này
mỗi ngày là một cơn giông bão

Khi tôi về,
màu xanh lúa mạ của đời sống và tự do
có còn phủ kín phương đông?
Chắc không chỉ là ngợp trời tiếng khóc
tràn đầy nỗi bi thương
Con người
thì mơ giấc mơ lửa máu

Khi tôi về,
trái tim này vẫn còn những ước mơ
nhưng làm sao để mơ là thực
Nước mắt đã rơi nhiều trên mặt đất cằn khô
Vẫn không đủ cho cỏ cây
đang dần vàng úa.

Khi tôi về,
lớp sơn mới bên ngoài
có đủ che thân gỗ mục
cho ngôi nhà đã đổ nát điêu tàn
và có những con người như giá băng
không tim, không óc
chúng chỉ biết cười
mà không hề biết khóc.

TUỆ TRUNG

TIỂU LỤC THẦN PHONG
LÃNG THANH

Sau một thời gian dài trăn trở suy nghĩ về con đường đi đến tương lai, tâm ý luôn giằng xé giữa tiến – lui mà không sao quyết đoán được. Vĩnh Thanh cứ như người đứng giữa con đường không tên, con đường vạn dặm, nhìn phía trước hun hút xa le lói ánh sáng nhưng không biết bao giờ có thể với tới được, nhìn về sau thì thăm thẳm mịt mù như sương khói che khuất cả lối đi về. Vĩnh Thanh như người mộng du giữa cuộc đời, những lý tưởng mãi lung linh nhưng sự thèm khát và đòi hỏi nhục dục của thân xác cũng riết róng khó cưỡng lại nổi.

**

Một ngày đẹp trời, Vĩnh Thanh lang thang vãn cảnh đó đây trong khu rừng quen thuộc, những lối mòn đã ghi sâu vào bộ nhớ nên có thể nhắm mắt đi cũng không lạc. Ấy vậy mà hôm nay tình cờ gặp một lão khách lạ cũng đang bách bộ một mình. Vĩnh Thanh đã là một thành viên của khu rừng này, xưa nay chưa từng thấy lão nhân này. Vĩnh Thanh nhìn sơ qua thì thấy lão ta hình dong cũng thanh tú, lịch lãm, đặc biệt đôi mắt lão ấy sáng như sao, phong thái ung dung chứng tỏ đây là một người bản lĩnh và từng trải. Vĩnh Thanh dấn lên trước, chủ động chào:

- Xin chào vị khách lạ, có lẽ đây là lần đầu người ghé chơi nơi rừng này?

- Chào chú em, nếu bảo là lần đầu thì cũng đúng mà nói đã vô lượng lần ghé qua rồi cũng chẳng sai.

Vĩnh Thanh giật mình, nhìn thoáng thấy nụ cười nhẹ trên gương mặt xương rắn rỏi. Câu trả lời của lão nhân khiến Thanh thích thú vì chạm vào những tư tưởng thầm kín, ngôn từ và ẩn ý của lão nhân có gì đó mang phong vị thiền mà Vĩnh Thanh đã từng nghe hoặc là đọc từ sách vở. Vờ không hiểu, Vĩnh Thanh hỏi:

- Một khác với vô lượng, sao có thể nhập nhằng được?

- Thế mà chú em cứ nhập nhằng mới lạ! Chú em cũng là

một mà cũng là vô lượng đấy thôi!

- Tôi không hiểu, xin lão nhân nói rõ hơn.

Lão ấy nhìn thẳng vao mắt Thanh, cười nhẹ, nét mặt tỏ vẻ không tin:

- Thật chú em không hiểu?

Nói xong chẳng đợi Thanh trả lời, ông ấy tiếp:

- Chú em là một nhưng tế bào tạo nên chú em thì vô lượng, không có vô lượng tế bào thì không có một chú em. Chú em cũng đã vô lượng lần đến đây nhưng chỉ đến mỗi một lần trong khoảnh khắc hiện tại mà thôi!

- Dạ thưa lão nhân, có phải là ý câu kinh một là tất cả, tất cả là một hay hột cải chứa núi Tu Di, núi Tu Di chứa hạt cải?

- Ta không biết, nếu chú em biết thì ngay tại đó, còn giả như không biết thì ta có nói vô lượng lần cũng vô ích.

- Thưa lão nhân, tại sao con có nhiều phiền não đến như thế? Làm thế nào để đoạn phiền não? Con vẫn nghe phiền não là bồ đề, nhưng rõ ràng phiền não khác xa với bồ đề.

Lão nhân cười toáng lên, âm thanh đầy nội lực, dường như làm lay động cả tán lá thông trên cao. Giọng cười lão nhân loang khắp đất trời, từng vòng tròn đồng tâm của sóng âm phủ khắp hư không. Lão nhân không nhìn Vĩnh Thanh, chân vẫn bước thong thả trên lối mòn. Trông ông ấy bước chân nhẹ như nai mà thần thái oai nghi như rồng, sư tử; dáng dấp gầy gò như lau sậy mà sao trông vững chải như tùng bách bên vệ đường:

- Phiền não có phải do duyên sanh không? mà duyên sanh vốn không có tự tánh há chẳng phải là không! Bồ đề cũng do duyên sanh, hai cái đều không thì có phải phiền não là bồ đề không?

- Thật sự thì phàm phu mới có phiền não, Phật mới là bồ đề. Lý thuyết bảo phiền não là bồ đề sao chẳng tương ưng?

- Vì ngươi chấp tướng, phiền não là giả tướng do duyên sanh. Bồ đề cũng giả tướng do duyên sanh, thể tánh vốn là không. Tánh không chính là pháp thân, Phật và chúng sanh đồng một pháp thân, pháp thân không sanh không diệt. Phiền não và bồ đề là giả tướng, giả tướng có sanh diệt, sanh diệt là báo, hóa thân.

- Phiền não là phiền não, bồ đề vẫn là bồ đề, làm sao chuyển phiền não thành bồ đề?

- Ngươi chấp tướng nên phiền não, muốn chuyển phiền não thành bồ đề thì thiên hạ giữ giới, hành thiền, tụng kinh, thính pháp…

- Nếu con vì chấp tướng mà sanh phiền não, vậy người giữ giới tu học há chẳng phải chấp pháp sao? Đã chấp thì làm sao phiền não thành bồ đề được?

- Ngươi quả là phiền não thật! các pháp cũng do duyên sanh, pháp là cái bè để nương đó mà qua sông, qua rồi thì bè cũng bỏ đi, hà cớ gì ngươi mãi vác trên vai?

- Thưa lão nhân, người có phải là thiền sư du phương chăng?

- Ta thì chẳng thiền cũng chẳng sư, chỉ là khách bộ hành qua chốn này.

- Vậy người từ đâu đến?

- Ta từ vô tận đến

- Người đi về đâu?

- Về nơi vô tận

- Xin người cho con biết tên được không?

- Ta cũng chỉ là một của vô lượng tế bào, bảo rằng một tên cũng được mà vô lượng tên cũng không sai. Ngươi cứ tạm kêu ta bằng cái giả danh mà người đời vẫn gọi ta là Vân Phong.

- Thưa sư phụ, người có thể nhận con làm đệ tử?

Lão nhân cười ngất, ngửa mặt lên trời cười như thể đất trời này chỉ có mình lão ta, hay là hư không này vốn trong túi của lão vậy. Từng tràng cười lùa đám mây trắng tụ lại rồi tản ra như thể người làm ảo thuật giữa không gian không biên tế. Bất chợt lão ngưng lại:

- Để làm gì?

- Con muốn theo sư phụ xuất gia, con muốn thoát khỏi phiền não!

- Ngươi lại ngớ ngẩn rồi, xuất gia sao hết phiền não được? ngươi thử nhìn xem, thiên hạ bao nhiêu người xuất gia nhưng phiền não vẫn đầy ra đấy!

- Bởi vì họ không như pháp tu hành.

- Vậy ngươi có biết pháp chăng?

- Vì không biết nên mới xin theo thầy.

- Ta cũng chẳng có pháp nào để cho ngươi. Ngươi cũng chẳng cần xuất gia. Chỉ cần ngươi xuất khỏi chấp tướng thì lập tức xuất khỏi phiền não gia.

- Con đã tụng kinh, nghe pháp. Con phân vân vì có pháp sư bảo thế giới Tây phương không thật có.

- Hư không vô cùng tận, làm gì có đông – tây – nam – bắc. Nhưng hư không cũng không ngoài đông – tây – nam – bắc. Hư không vô cùng tận, làm sao có Tây phương với Sa Bà nhưng Tây phương với Sa Bà cũng không ngoài hư không, ngươi không thấy vậy sao?

- Thế thì không trụ vào Tây phương cũng chẳng trụ Sa Bà, vậy thì trụ vào đâu?

- Nghĩ trụ vào đâu lại càng sai, có chỗ nào trong hư không để trụ sao? Tất cả do duyên sanh, duyên sanh không tự tánh thì lấy gì để trụ, trụ vào đâu?

- Thế mà phàm phu trụ vào ngũ dục lục trần còn Phật và bồ tát trụ vào bồ đề.

- Ngươi quả là quá hồ đồ và rắc rối, đã bảo là duyên sanh không tự tánh thì làm sao trụ? Ngươi bảo đã từng xem kinh há chẳng từng nghe "Ưng vô sở trụ nhi sanh kỳ tâm"?

- Biết là không nơi để trụ nhưng vì mê vọng trụ vào nơi không thể trụ nên mới phiền não, e rằng đời này đọa mất thôi! Vì vậy mà con mới mong theo sư phụ.

- Ngươi quả là điên đảo mộng tưởng giữa đời, nếu đã đọa thì ngươi theo ta vẫn đọa như thường, cầm bằng không đọa thì không theo ta vẫn không đọa, sự thể đã thế theo ta phỏng có ích gì?

Vĩnh Thanh lúng túng cực độ, bao nhiêu ngôn lời, sở học bấy lâu nay bị lão nhân làm cho tiêu tán hết trong chốc lát. Vĩnh Thanh từng tự hào với mớ kiến thức cóp nhặt tích lũy bao nhiêu năm giờ hóa ra chỉ là mớ xà bần của thiên hạ bỏ đi. Tất cả tan biến không khác gì hơi sương mây mù gặp phải cơn gió xuân thổi qua. Phiền não trong lòng tuy chưa hết nhưng tâm ý tự dưng rỗng rang và thênh thang quá đỗi. Khoảnh rừng này quen thuộc như lòng bàn tay vậy mà giờ mở ra như thể vô cùng tận. Không gian chợt sáng lạn chẳng khác cõi địa đàng. Nắng xuân xuyên qua tán lá rừng biến hóa muôn hoa trên mặt đất. Vĩnh Thanh nhanh nhẹn bước tới phía trước và quỳ gối chặn lão nhân:

- Sư phụ, dù người không thâu nhận con vẫn cứ là đệ tử của người!

Vân Phong lão nhân vỗ vai Vĩnh Thanh:

-. Ngươi quả thật là tay ngốc tử! Ta và ngươi vốn là thầy trò từ vô lượng kiếp nào phải một lần trong khoảnh khắc này. Thế tên ngươi là gì?

- Dạ, Vĩnh Thanh

- Một cái tên khá hay và đẹp nhưng Vĩnh Thanh không phải là ngươi, không của ngươi, chẳng ngươi. Về bản thể là thế; còn về giả tướng Vĩnh Thanh chỉ hợp với ngươi một nửa, nay ta cải cho ngươi là Lãng Thanh.

Vĩnh Thanh sung sướng, tâm trí bay bổng lâng lâng, cả người như thể trong trạng thái chơn không. Giọt lệ hạnh phúc cùng cực nhỏ xuống. Lãng Thanh hôn bàn chân lão nhân:

- Tạ ơn sư phụ

- Ta biết ngươi nhìn đời là bể khổ nên muốn xuất gia nhưng ta bảo cho ngươi biết: Người ngoài đời khổ họ còn biết khổ. Nhiều người xuất gia rồi vẫn cứ khổ như thường, cái sự nguy tai ở chỗ họ khổ mà không biết rằng khổ, thân xuất gia nhưng tâm chẳng xuất. Ngày ngày bọn họ mưu cầu danh văn lợi dưỡng, toan tính thiệt hơn tiền bạc cúng dường, quy phục quan gia, cầu cạnh thế lực thế tục, kéo bè kết cánh, lập môn dựng phái… làm toàn chuyện phiền não thì làm sao xuất khỏi phiền não gia được? tam giới gia lại càng không có cửa ra. Bọn họ tự trói mình vào sanh tử luân hồi. Ngươi không cần phải xuất gia, cứ đi trên con đường ngươi đang đi. Ta và ngươi đi hai con đường khác nhau nhưng đích đến thì không khác. Ta là sư phụ của ngươi nhưng hai chúng ta cùng thờ một thầy. Thời gian lãng đãng phong trần, khi chưa thể ra khỏi sanh tử luân hồi thì ta còn gặp nhau trên quảng đường vô tận ở thế gian.

- Tạ ơn sư phụ, người là thầy của con từ vô lượng kiếp, vô lượng kiếp tụ lại một khoảnh khắc này. Tướng giả tánh không, nhưng cái tướng giả của sư phụ là cả một thần tượng vô cùng trân quý, không chỉ mỗi mình con mà thiên hạ cõi này đều một lòng cung kính sư phụ.

Lão nhân cốc đầu Lãng Thanh:

- Tên ngốc tử Lãng Thanh này, ngươi cứ nói như một con két, nhai lại chẳng khác một con bò! Ngươi đứng bên giếng nước mát trong mà không uống thì cũng vô ích thôi. Hãy lấy gàu múc nước lên mà uống và bước đi, đừng ngồi trơ ra đó nói xàm!

Dứt lời, lão nhân Vân Phong phẩy tay đi như thể lúc đến, phút chốc đã ra khỏi khu rừng. Từ trong rừng nhìn theo, Lãng Thanh thấy thấp thoáng bóng người cuối chân trời. Từ nơi chân trời bỗng nhiên xuất hiện cầu vồng vô cùng lộng lẫy, vòng cung cầu vồng như thể cửa không mở ra giữa vũ trụ bao la. Dáng lão nhân lồng trong khung cầu vồng hay là người đang cất bước nhập vào không môn? lòng Lãng Thanh đầy nghi hoặc, toàn thân bất động, đứng sững sờ nhìn cảnh tượng như thật như mơ.

**

- Vĩnh Thanh, Vĩnh Thanh!

Mắt nhắm mắt mở lơ mơ ngái ngủ nghe có tiếng kêu tên mình, trong giây phút ấy dường như ai đó đang lay vai vỗ má. Vẫn chưa tỉnh hẳn, Vĩnh Thanh ngơ ngác:

- Vĩnh Thanh nào? Tôi là Lãng Thanh kia mà!

Hoa Dung cười ngặt nghẽo:

-. Đúng là Lãng Thanh! Anh đang mớ ngủ phải không? đóng sách lại, vô giường ngủ rồi mai đọc tiếp.

Vĩnh Thanh không trả lời, Hoa Dung lại cười:

- Sao mà hay quá vậy ta, anh quả thật Lãng Thanh hơn là Vĩnh Thanh

TIỂU LỤC THẦN PHONG

Ất Lăng thành, 0325

LÊ HỮU MINH TOÁN
BÀI THƠ CHO EM

(Riêng: Nhà thơ PMH - XH- PY- VP - Hà Nội)

Giấc ngủ miên man
Bềnh bồng sóng lượn
Bóng nhớ chập chờn
Ươm mộng chiều quê
Đêm lại từng đêm
Trăng gầy cuối gió
Một góc mịt mờ
Hư thực chiêm bao
Suốt phận đời nhau
Trăm nghìn bão nổi
Một tiếng thở than
Cỏ úa màu chiều
Nhớ nhớ và quên
Tình nuôi khát vọng
Một cõi trời mơ
Một đời hiện thực
Một phiến trời chiều
Giọt nhớ tràn khuya
Và em, và anh
Không cần bày biện
Ơi! Giấc tình nồng
Chảy suốt trăm năm

@ **LÊ HỮU MINH TOÁN**
(Houston - Texas-U.S.A - May. 09, 2025 .)

DŨNG NGUYÊN

XÓM BIỂN

Trong góc quán, ngồi một mình với xị rượu đế chú Hai đã uống hơn một phần ba. Chú uống từng hớp một. Sao hôm nay chú có cảm giác rượu lại nồng hơn mọi ngày. Chiều dần xuống, gió biển càng lúc càng săn hơn, thổi qua những ngọn dừa nghe xào xạc lá. Khách vào quán càng lúc càng đông. Bà chủ quán cười đon đả với khách, phần lớn là dân biển. Bà ở độ tuổi bốn mươi, cũng chẳng sắc nước hương trời gì, chỉ có cái miệng cười lả lơi đưa đẩy làm chao đảo lòng khách. Bà vừa li dị chồng hai năm, đang là mục tiêu ve vãn của nhiều khách nhậu quanh vùng. Chú lạ gì bà, thời còn trai trẻ chú cũng từng quen biết với bà, nhưng bây giờ chú ngồi đây bà xem như người xa lạ! Phải vậy thôi – chú tỏ vẻ cảm thông – đó cũng là cách để người phụ nữ tồn tại trong thời buổi khó khăn này. Ngồi cạnh bàn chú, một chàng trai độ tuổi ba mươi vạm vỡ, da xạm đen do nắng biển, mặc chiếc áo thun ngắn tay bó sát người có in trước ngực chữ “Love you” với hình phụ nữ, cười đùa bỡn cợt với mấy cô gái chạy bàn một cách tự nhiên thoải mái. Thoáng liếc qua người thanh niên – chú đánh giá – anh chàng này có lẽ là mối ruột và chịu khó đốt tiền cho cái quán chỉ có mấy em chạy bàn là sạch sẽ thơm tho thôi .

- Á ! Đừng, đau em! Cô gái khẻ la lên rồi cười khúc khích, hơi khom người cầm lấy ly bia từ tay chàng trai.

- Diễm ơi, sang bàn số 2 có khách đang cần gì đó – bà chủ quán cố ý giải vây cho cô gái.

Quán mỗi lúc càng đông hơn vì hôm nay trời động mạnh,phần lớn tàu thuyền không dám ra khơi. Đây là lúc dân biển nướng hết số tiền họ kiếm được trên biển cả vào men rượu,bài bạc! Chú kêu thêm nửa xị nữa.Hai ngón tay chú nhịp nhịp trên bàn – theo thói quen – như để tiếp sức cho những suy tư đang chập chờn trong đầu. Chú tự mỉa mai cuộc đời và thương cho thân phận ngư dân, những người sống trên đầu sóng ngọn gió, đặt may rủi của số phận trên biển cả! Chú đứng lên, người hơi lảo đảo, chú nói lẩm bẩm : " Làm gì có chuyện say ". Thực sự có bao giờ chú say đúng nghĩa của nó – lúc nào chú cũng nghĩ như vậy. Trong quán có nhiều người đang khích tướng nhau, cười khề khà như những tên hề, chú nhìn mà khinh trong lòng. Người khác thì văng tục chửi thề và khạc nhổ bừa bãi nữa chứ! Chẳng ai thèm để ý đến chú. Cần gì lời chào hỏi của họ - chú tự an ủi mình - vì họ xem chú là ông già lẩm cẩm và thất chí mà!

Chú lầm lũi ra khỏi quán. Đêm về khuya dưới ánh đèn màu vàng úa lúc tỏ lúc mờ theo cơn gió lớn.Xóm Biển hình như ngủ sớm hơn.Cái quán cafe đầu ngõ cũng đóng cửa chỉ còn nghe văng vẳng mấy bản nhạc tình thở than trách móc . Gió càng lúc đập mạnh vào hàng rào ngăn cách từng ngôi nhà trong xóm nghe phùn phụt ,cùng với tiếng rít ẩm ướt nước biển như tiếng phản lực cơ cất cánh rời khỏi đường băng!

Về đến nhà, Chú sờ soạng tìm công-tắc của ngọn đèn duy nhất trong căn nhà vỏn vẹn mười tấm tôn.Bên ngoài, cơn gió thổi mạnh qua những ngọn dừa vùn vụt như những ngọn roi đánh vào bóng đêm, chập chờn như có bóng người ẩn hiện. Chú tìm một ít cơm nguội ăn cho đỡ xót dạ vì rượu đang đốt cái dạ dày không được khoẻ của chú, như hơ vào lò lửa! Không biết bao giờ trời mới êm gió để tiếp tục ra khơi – chú lẩm bẩm.Thật cực hình khi phải nằm nhà trên bộ ván gỗ tạp dù êm hơn cái lắc lư của cái thúng chai trên biển. Đúng là thân phận ngư dân – chú lẩm thẩm một mình – lúc nào cũng xem biển là nhà ! Không biết sao đêm nay chú không ngủ được ! Gió cứ ào ạt bên ngoài,mái tôn nhịp nhịp theo từng đợt gió như muốn cất cách bay đi.Còn cái cửa kết bằng cót như có người đứng ngoài đang đập mạnh cố tình phá giấc ngủ của chú. Không lúc nào như lúc này, chú cảm thấy thương cho chính mình! Cuộc sống sao lúc nào cũng khó khăn, thử thách và đày đọa chú! Có điều, không biết sao chú vẫn sống dù không biết ngày mai như thế nào! Có lẽ đó là sức mạnh cuối cùng , sau những gì chú đã mất trắng một cách đau xót trước sự tàn nhẫn của cuộc đời. Cái mất ngủ cứ bắt chú phải suy nghĩ lung tung. Chú hồi tưởng lại thời huy hoàng của chú, thời mà chú đã nhận không biết bao nhiêu lời tán dương khen ngợi. Đó là năm chú ba mươi lăm. Thời đó, Xóm Biển củachú nghèo lắm, người ta làm nghề biển bằng những chiếc thuyềnbuồm và xuồng chèo. Nhưng chú đã mạnh bạo bán hết tài sản của cha mẹ để lại lấy tiền mua một chiếc thuyền máy đã cũ. Ngày chú mang thuyền về - chú nhớ như in – dân làng kéo nhau đến bu quanh với đôi mắt tò mò, trầm trồ như đang chứng kiến một sự kiện mới mẻ chưa từng thấy. Nhưng trong số đó, cũng không ít người mỉa mai thế nầy thế nọ.Những người mạnh miệng chê bai phần lớn là những nhân vật tỏ ra có hiểu biết trong làng lúc nào cũng lý sự ta đây và gọi chú là tên "ngông" làm một việc đi ngược lại truyền thống dân làng Xóm Biển. Họ nói chú "cái chắc là thất bại". Những lời lẽ ác ý đó làm chú nhức cả đầu và bất mãn đám đông! Chú làm việc trong đơn độc thực sự ! Chú nhớ rất rõ chuyến biển đầu tiên không có gì thuận lợi. Nguyên do thuyền máy móc cũ, hơn nữa chú chưa quen điều khiển nên máy bị trặc đi trục trặc lại hoài! Thế là cả làng Xóm Biển đồn ầm lên rằngdo tiếng máy tàu đã làm kinh động đến thánh thần biển cả, thế nào rồi chú cũng bị phá sản. Ai nói gì thì mặc, chú cứ lầm lì chịu khó mày mò học hỏi và tận tụy với công việc không biết mệt mỏi – tính chú là vậy.Đến chuyến thứ ba,thật là một ngày đáng nhớ nhất trong đời chú. Hôm đó trời vừa trở gió, mặt biển trong xanh con thuyền như lớn hơn và oai nghi như một chiến hạm từ khơi lướt sóng vào bờ. Chú đứng trước mũi thuyền như một hạm trưởng nhìn về đất liền, xa xa bờ cát nhấp nhô nơi mà con thuyền đang hướng về cặp bến. Chú nhìn những con hải âu lượng theo đàn cá lăng tăng dưới nước, chú cười một mình, nụ cười tươi và hạnh phúc nhất trong đời. Chú tưởng tượng chim trời cá nước cũng đang vui theo chú.

Thuyền về cặp bến bãi ngang. Dân làng ùa nhau ra xem, có người còn leo lên thuyền nhìn cho tận mắt vì đây là lần đầu tiên họ chứng kiến một con thuyền mang đầy cá ,mực khẳm đến như thế. Chú cố tỏ ra thật bình tỉnh, tự kềm chế không xúc động trước mặt mọi người. Vì chú muốn người ta hiểu rằng, đối với chú " cái có và không", cũng là lẽ thường thôi. Rồi tiếp nối chuyến biển nầy qua chuyến khác mang lại cho chú niềm tự hào về con thuyền máy đầu tiên của Xóm Biển. Bây giờ dân làng bắt đầu ca ngợi chú như một anh hùng đánh bắt biển khơi. Lợi nhuận của chú cũng từ đó tăng lên, tăng lên đưa chú trở thành người giàu nhất làng. Hồi ấy, dù là một thanh niên chưa vợ chưa con ,vậy mà những tiệc tùng, đình đám, cưới hỏi ma chay người ta cũng tìm cách mời chú cho bằng được. Chú ra đường già trẻ gặp chú đều chào hỏi vui vẻ. Đây là thời điểm hạnh phúc và đáng sống nhất của chú – chú luôn nghĩ như vậy. Chú là biểu tượng thành đạt nhất làng mà người dân làng Xóm Biểu luôn tự hào với dân làng lân cận. Những kẻ chê bai, bài bác chú trước đây giờ đây lại tỏ ra thân thiện và còn nói theo cách làm ăn của chú, mua sắm thuyền máy đưa Xóm Biển trở thành địa phương phát triển ngành hải sản mạnh nhất.

Sự đời nếu cứ êm xuôi trôi theo ngày tháng như thế thì hay biết mấy. Nhưng, rồi tai hoạ lại giáng xuống đầu chú ! Tất cả chỉ là một giấc chiêm bao! Chú đã rơi từ thiên đường xuống tận cùng địa ngục!

***

Hôm đó vào mùa gió nam rất thuận lợi cho thuyền ra khơi dài ngày. Thuyền chú đi trên một ngày đường đến ngư trường cách bờ trên một trăm hải lý. Thuỷ thủ ai cũng vui. Đêm hôm đó bầu trời thật trong xanh và mênh mông, gió nam nồm thoang thoảng hương thơm mùi biển mặn. Bầu trời thật cao và trong có thể nhìn xuyên suốt qua nhiều tầng tinh tú. Lượng sóng vỗ nhẹ vào mạn thuyền như gõ nhịp hoà với tiếng động của cá chuồng bay tành tạch xuyên qua lượng sóng lăn tăn. Một vài vì sao rơi từ ngàn xa vũ trụ.Tiếng cá đớp mồi từ đáy sâu đại dương chuyền qua dây câu nhún nhảy trên ngón tay thuỷ thủ phập phồng trong cảm xúc. Thật là một đêm đại dương không ngủ! Đây là một đêm tuyệt vời! Từ trước thuyền cho đến sau lái tiếng cá giãy đành đạch trên mạn thuyền và tiếng vui cười của thuỷ thủ mỗi lần câu được một con cá lớn. Mọi người thức suốt đêm mà không thấy mệt mỏi là gì. Chỉ mới một đêm mà con thuyền lắc lư như nặng nề và chậm lại vì mang nhiều tấn cá trong khoang.Tình hình càng lúc càng thuận lợi hơn vì thuyền đi theo đúng luồng cá suốt trong ba đêm.Chú quyết định cho mọi người nghỉ dưỡng sức một ngày.

Đây là lần đầu tiên chú được gần gũi với anh em thuỷ thủ một cách vui vẻ thực sự.

Từ lâu chưa bao giờ chú nghĩ đến chuyện lập gia đình dù có rất nhiều phụ nữ phải lòng chú.Hôm nay Chú lại nghĩ,cũng đã đến lúc phải làm cái việc mà mọi người đàn ông nào cũng phải làm. Đó là phải có một người phụ nữ bên cạnh để chia sẻ và an ủi lẫn nhau. Đúng thôi , phải biết chọn điểm dừng , không thể đòi hỏi nhiều hơn, vì mọi sự thành đạt không thể kéo dài mãi được.

Đến chiều ngày thứ tư, trời bắt đầu có gió nam săn. Bên chân trời phía tây có ráng màu đỏ pha vàng nhanh tan thành tia khói bay lên không trung. Xa tít có vùng nước xoáy bốt lên hơi nước mờ mờ uốn éo như vòi rồng theo cơn gió chướng. Bầu trời vần vũ, mặt trời như đang bị nhấn chìm nhanh chóng xuống đại dương. Chú quyết định cho thuyền nhổ neo trở về đất liền.

Thuyền chú trên đường về cách đất liền 10 hải lý. Bầu trời bây giờ bao trùm một mầu đen mây khói, bạt gió. Không khí từ nước biển bốc lên lạnh buốc da người !. Con thuyền như đang chạy trong lòng chảo . Rồi đùng đùng gió nổi lên khắp nơi, tràn vào lòng chảo ấy làm cho con thuyền phải trườn mình chống chọi từng đợt sóng bạc đầu trắng xoá dưới cơn mưa vùn vụt, mờ khuất tầm nhìn! Bầu trời như thấp xuống, chứa đầy hơi lạnh buốt da, cuốn vào sức hút chết người. Tiếng la ơi ới của thuỷ thủ vang vọng trong gió bão rợn người ! Giàn cabin của con thuyền gãy đổ kêu răng rắc ! Từng miếng ván rơi xuống biển cuốn trôi. Sóng ụp lên sàn thuyền, đẩy thuỷ thủ ngã lăn. Họ cố gắng gượng đứng lên lom khom di chuyển một cách quờ quạng dưới cơn mưa bão cố tìm điểm bám víu cuối cùng trước khi con sóng kéo họ vào cõi chết! Sóng dâng lên cao, lên cao theo gió ào ạt tạo thành những cột nước đen ngòm như miệng cá mập phập xuống con thuyền uốn mình quỳ xuống van xin ! Nước tràn vào mọi ngõ ngách đẩy đoàn thuỷ thủ ra khỏi con thuyền. Thân thuyền vở vụn !

***

Hai ngày sau chú mới biết mình còn sống. Người ta cấp cứu chú đưa chú về bệnh viện tỉnh. Chú trở về làng, ngôi làng thân thương của chú hoàn toàn biến dạng, xơ xác, tiêu điều ! Vết tích tang thương của bão táp còn để lại trên sự đổ nát và hoang tàn khắp quê chú. Tiếng khóc than chưa ngừng, giọt nước mắt như chưa khô sau nỗi đau tột cùng của trận bão gây ra! Ôi, sao bão tố lại tàn ác đến thế!Giờ chú chỉ còn hai bàn tay trắng : không vợ con, không sự sản ! Chú dựng lại ngôi nhà bằng 10 tấm tôn tạm bợ, sống lủi thủi một mình. Chú sắm được một cái thúng chai từ số tiền của một người bạn giúp đỡ làm phương tiện sinh nhai. Tối tối chú bơi cái thúng chai ra khơi câu mực, sáng mang về bán lấy tiền sống qua ngày.Chú buồn và cô dơn từ đó ! Chú lấy rượu làm vui. Không ai để ý đến chú ! Người ta khinh chú gọi chú là ông già say xỉn. Chú không trách vì đời ai biết được tương lai ? Chưa bao giờ chú thấy mình say hay lẩm cẩm ! Ai khinh chú hay xem thường chú thế nào chú cũng chẳng trách. Vì , với chú có ai hiểu được cuộc đời của chính mình đâu. Chú vẫn sống trong chờ đợi một phép mầu cho mỗi đời người./

DŨNG NGUYÊN

HỒ XOA
Khúc hồi tưởng

Hãy hát đi như chưa từng hò hẹn
Chưa yêu người để tiếp tục lớn khôn
Chưa từng bến như dòng sông đã lở
Như chưa từng sắm sửa một nụ hôn

Hát như xẩm đi lạc loài dưới phố
Cần gì đâu mà cứ dại với khôn
Gom mơ ước như những điều lãng phí
Những điêu linh một cuộc sinh tồn

Những tinh mơ báo một ngày sẽ hết
Những giận hờn báo hiệu một yêu thương
Rồi sẽ hát như lá về với đất
Lời nhân gian đâu ngoài cuộc nhiễu nhương

Rừng sẽ tặng một loài hoa hoang dại
Gió sẽ quên những điệp khúc đoạn trường
Em giấu mặt trong đôi bờ mộng mị
Đôi vai gầy gồng gánh một tang thương

HỒ XOA

HỒ XOA
Những giấc mơ

Thời gian không có đích nào
Những giấc mơ vô biên rượt đuổi
Trên mắt người những chiêm bao già cỗi
Những cuộc đời bỏ lại phía sau

Kỉ niệm, những bức rèm hát tuồng cũ kỹ
Không còn diễn viên
Đời hưởng nhàn như trâu nằm nhai cỏ
Tháng năm đùa cợt phấn son

Ta nằm đợi giấc mơ đêm dế cỏ
Từ hoàng hôn những cánh dơi chập choạng cửa rừng
Hâm nóng lời cầu nguyện
Vô ngôn tình khúc độc hành

Những giấc mơ
Xáo trộn buồn phiền khắc nghiệt
Dật dờ phía trước, phía sau
Ngôn từ cuốn lại mái tóc hồng nhan

Văn Chương , những bài thơ không có hậu
Thời gian đi trước loài người
Thế kỉ mới sản xuất quá nhiều kinh điển
Và quá nhiều vũ khí diệt vong

HỒ XOA

NGUYÊN CẨN
Lời hứa sau cùng

Thái thẫn thờ ngồi nhìn buổi chiều chìm ngập dưới cơn mưa, ngoài trời mù mịt. Quán cà phê vắng, lèo tèo vài người khách. Nhưng Thái thích ngồi quán này vì chủ quán rất chịu khó trang trí vườn quanh quán bằng các loại hoa. Nổi bật nhât là những chậu hoa ngọc lan với những cánh hoa rất thơm, hình chuông, những đài hoa chin cánh, sắc trắng và vàng, tỏa ngát khắp sân vườn.

Không biết có phải vì yêu một người tên Ngọc Lan hay không mà Thái luôn ngắm hoa trong tâm thế một kẻ si tình, ngây ngất. Lan khá xinh gái, gương mặt trái xoan, , mắt bồ câu , nàng có một vẻ đẹp hồn nhiên , thánh thiện , không tỳ vết .Câu chuyện ngày ấy đã 40 năm qua Thái vẫn không sao quên được. Thái vẫn nhớ như in những buổi trưa đạp xe về cùng Lan từ trường Nguyễn An Ninh bên quận 10 qua Trần Nhân Tôn rồi Hùng Vương về Lý Thái Tổ rồi chia tay nhau vì Thái ở Phan Đình Phùng (nay là Nguyễn Đình Chiểu) , chuyện trò rôm rả …Lan siêng năng nhưng học không giỏi bằng Thái dù chàng ‘ tài tử’ hơn nhiều , sáng học chiều tha thẩn trong mấy quán cà phê gần nhà , la cà tới tối mới về ăn cơm rồi học bài nhưng Thái vẫn giỏi vì chàng có năng khiếu văn chương ngoại ngữ , lại học ban C nên đúng sở trường. Mấy lần Lan thắc mắc ghé nhà thình linh xem chàng đi học thêm ở đâu thì mẹ chàng đếu nói :’ Nó đi uống cà phê rồi con ơi !“Lan khâm phục gã bạn lè phè, bụi bặm vậy mà học giỏi ,lại hát hay nữa, mỗi lần thuyết trình cần minh họa hay trình diễn văn nghệ trong lớp , hễ Thái cầm cây đàn là cả lớp lặng yên nghe vì bàn tay chàng đệm guitar kiểu classic , rung trémolo rất “ nghề “ , chơi flamenco cũng hay luôn .Có lần hai đứa , đúng hơn là nàng chủ động rủ chàng xem phim “ Doctor Zhivago “ , chàng đồng ý hai đứa đi xem. Cẩn thận, Lan mua đến 12 ổ bánh mì cóc “Nguyễn Ngọ “nổi tiếng ngày ấy, nhưng chàng hồn nhiên 'nghiền' hết 9 ổ rồi coi phim xong về, không một cái nắm tay dù trong rạp không ai để ý và bóng tối cũng đồng lõa, vậy mà ... Lan hơi thất vọng! Thái vô tư quá.

Sau ngày Sài Gòn giải phóng, gia đình Lan bị "đánh tư sản", tịch thu cơ sở sản xuất giấy, may còn được giữ lại một căn nhà, không phải đi kinh tế mới. Còn Thái, nhờ hoạt động đội văn nghệ khóm 2, Phường Phan Đình Phùng nên cũng có chút ít "chế độ "gạo và nhu yếu phẩm. Chàng tìm đến Lan san xẻ, hai đứa lại gặp nhau những tối Thái rảnh. Nhưng một thời gian sau Thái phải đi học Sư phạm lại, còn Lan đành phải nghỉ. Nàng theo bà chị ra chợ Tân Định, buôn bán thuốc tây, vừa bán vừa né công an, cũng cực. Những buổi tối cùng nhau đi uống nước mía, tâm sự là những tối hạnh phúc của hai đứa, nói đủ thứ chuyện trên đời ... Cho đến một đêm, Lan ghé nhà Thái rủ chàng đi ra một quán xa, thật vắng . Nàng tâm sự:' Bà dì bên Pháp gửi tiền cho Lan mượn đêm mai Lan đi "vượt biên "ở Cà Mau. Mình còn có đêm nay nữa thôi, Thái có muốn nói gì với Lan không?

Thái nghĩ đến thân phận vô định của mình, ra trường biết dạy ở đâu? Làm sao cưu mang ai được, huống chi là một lời hứa bảo bọc cho nàng chăng? Thái thấy cuộc sống sao nặng nề quá. Thái yên lặng, trầm ngâm. Lan ngồi sát Thái, mạnh dạn nắm tay chàng." Thái nói gì đi? Hứa tầm bậy cũng được, Lan sẽ chờ. "Nhưng Thái vẫn lặng yên như một pho tượng, điều mà sau này Thái hối hận vô cùng! Thái cũng có cảm tình với Lan, cũng có thể chưa quá sâu đậm, nhưng gọi là yêu thì cũng gần như thế. Nhìn cặp mắt tròn xoe, tội nghiệp, rươm rướm lệ của Lan, Thái nghĩ rằng mình không thể hứa gì bây giờ vì đời còn bao nhiêu biến động, mình thân cô thế cô , nghề nghiệp chưa ổn định thì biết hứa gì , nên thôi ! Lan cầm tay Thái áp vào má mình. Thái vẫn lặng thinh. Chàng không rút tay về nhưng cũng không tiến tới dù rất muốn hôn Lan. Thái sợ sau nụ hôn ấy Lan sẽ hy vọng và gắn bó với mình, một kẻ bơ vơ không có tiền đồ, lấy gì ước hẹn. Cái mặc cảm tự ti khốn nạn ấy dày vò Thái đến mãi về sau. Ánh đến quán cà phê đêm đó chập chờn, khoảng không gian thời gian phù hợp cho một nụ hôn đầu nhưng Thái đã không thực hiện được. Mặc cảm bất tài, mặc cảm đớn hèn của một gã trai mới lớn đã ngăn không cho tình cảm bùng phát đúng như cường độ của nó. Thậm chi khi đứng lên, Lan chủ động ôm chầm Thái gục mặt trên vai chàng , chàng vẫn không vòng tay siết lại ,ban một nụ hôn …Lan giục “ Thái nói gì đi? Thái hứa gì không? “Thái như một pho tượng vô cảm, đờ đẫn và … ngu muội. Chàng nói bên tai nàng:' Chúc em đi trót lọt." Rồi họ chia tay. Ánh mắt Lan thất vọng, thẫn thờ. Sao anh không hứa dù chỉ một lời? Tại sao?

Và Lan đã ra đi, đến Mã Lai. Tám tháng sau, nàng qua Mỹ. Còn Thái ở lại, mấy năm sau, ra trường lấy vợ, sanh được hai con. Hạnh phúc buổi đầu nhưng Son, cô vợ Thái suốt ngày chì chiết chồng không biết kiếm tiền để nàng phải làm công nhân trong Xí nghiệp hải sản của một công ty Xuất nhập khẩu. Thái đã phải chịu đựng hàng đêm mùi tôm, mùi cá vương trên tóc nàng dù nàng gội đầu khá kỹ và nàng make-up cũng rất kỹ khi đi làm dù nhan sắc thuộc loại trung bình.Nhưng không thể chịu đựng được khi nàng so sánh chàng với mấy ông hàng xóm hay với những người bạn đến nhà chơi, trong đó có Lợi, ông Trường phòng Chế biến nơi nàng đang làm việc, một anh chàng gốc Hoa, mập tròn, đầu hói nhưng hắn có tiền nên nói ra mọi người chỉ hùa theo tán thưởng. Hắn lại là em ông Phó Tổng giám đốc nên có vai vế, số má trong Công ty.

Chỉ khoảng 4 năm hạnh phúc còn 3 năm là chịu đựng. Cô ta nói Thái bỏ dạy vô công ty làm đi nhưng Thái vốn ngại chuyển đổi và an phận nên đã không nghe. Chàng vẫn lưu luyến một công việc trong biên chế nhà nước và muốn an bình làm một “công chức “sư phạm mẫn cán nên có lần chàng nói “Anh không hợp môi trường kinh doanh, em đừng ép anh." Son buột miệng “Đàn ông như anh rõ chán!” Chất giọng Bắc của cô nghe chanh chua thế nào ấy khiến Thái khó chịu. Sau đó thì Son thường xuyên về nhà trễ, nói lý do tăng ca và khi về thì cũng gần sáng, rã rời, mệt mỏi. Có hôm nàng xin nghỉ vì đi làm không nổi. Chàng nghĩ công ty gì mà” ác độc “bóc lột tàn bạo thế! Một lần chàng đang ngồi ăn cơm thì thằng Bảo, một đứa em bà con cũng mới xin được vào công ty ghé qua nhà đưa đồ ăn nàng mua cho hai đứa nhỏ. Nó nhìn Thái rồi cười cười “Anh xem trên đầu còn đội nón được không?” Sao vậy? “Thái gặng hỏi. Nó nói “Anh có thấy cái sừng nào nhú lên chưa?" Thái chưa hiểu ra "Em nói gì kỳ vậy? Công ty gì mà làm tăng ca cả đêm sáng hôm sau chị đi làm đâu có nổi?" Nó bật cười "Ca này ca đặc biệt có mình chị làm à!" Rồi bỏ đi. Thái phân vân. Nó nói vậy là sao?

Thái lờ mờ thấy có gì bất thường trong giờ giấc củavợ mình. Chiều hôm sau, chàng lo cơm nước cho hai con xong, chạy vô Công ty, đến thẳng Xưởng chế biến hải sản. Chàng hỏi bảo vệ:' Em thấy chị Son về chưa?" Bảo vệ thật thà trả lời "Chị mới đi chung xe với ông Lợi đi đâu đó, không biết. " Ủa , chứ đêm nay có tăng ca không ? "Anh chàng bảo vệ có hàng ria mép ngạc nhiên "Đâu có, cả tháng này, tồn hàng quá trời, không có tăng ca. "Thái hỏi lại:" Vậy sao?" Rồi quay trở về. Sáng hôm sau chàng chất vấn Son đi đâu với tay trưởng phòng đến 4 giờ sáng, không có tăng ca gì hết trơn, đừng có xạo." Nàng gào lên "Anh được sung sướng như vậy là nhờ ai? Anh tưởng cái lương ba cọc ba đồng của anh đưa cho mẹ con tôi đủ xài hả? Đồ ăn hại!" Thái nổi giận, bước tới, dư dứ cánh tay. Cô ả gào to hơn "Đánh đi đồ vũ phu, kiếm tiền thì chẳng ra gì mà còn bày đặt ghen tuông. Không có con này đi đêm đi hôm thì chẳng có cái gì mà đấm mõm đâu. Ở đó mà làm thượng làm trận." Thái nổi giận ": Người ta lấy đĩ về làm vợ chứ không ai lấy vợ về làm đĩ." Cô ta xông tới tát vào mặt Thái: "Mày chửi tao hả, ly dị đi." Thái rút điếu thuốc nhăn nhúm trong túi áo ra hút, lấy lại bình tĩnh. "Cô muốn phải không, ly dị, cô viết đơn đi, tôi ký. "Không ngờ nàng viết thật. Chàng dù cay đắng cũng phải ký vì lỡ nói rồi, bây giờ rút lại thì hèn quá! Con cái chia đội, Con bé lớn ở với chàng, thằng bé đi theo nàn. nàng không thích mang theo con gái vì nó tò mò, hay hỏi nọ kia.

Căn nhà mới nảy sinh phức tạp vì tiền của nàng bỏ ra nhiều hơn nên Thái đành phải đưa con ra đi tìm chỗ trọ.

Một trang đời mới mở ra đầy cay đắng, chật vật vì vừa phải lo tiền trọ, vừa nuôi con. Cũng may đất nước những năm mở cửa nhu cầu học tiếng Anh mở rộng nên Thái dạy thêm cũng đỡ. Chàng gửi con cho một bà cụ hàng xóm trông nom hộ vì chàng chạy "show "từ sáng đến tối, vừa muốn kiếm tiền vừa muốn quên đi những muộn phiền trong đời. Rồi thì tích cóp chàng mua được một căn nhà nhỏ ở Phú Nhuận do một người bạn xuất cảnh bán lại . Cha con có nơi che mưa nắng, tạm yên ổn. Trong trường vài cô giáo độc thân cũng được ghép đôi với chàng nhưng lòng chàng như tảng băng khô cứng, chàng thấy tình yêu là cái gì mệt mỏi và chán nản Huống chi chàng sợ viễn cảnh "mẹ ghẻ con chồng "tội con bé. Lúc nào nó cũng lo cho cha khi chàng về, nó hì hục pha nước chanh và càng lớn nó càng ngoan, biết nấu cơm, luộc trứng ...Chàng cũng thấy an ủi.

Cuộc đời cứ thế trôi đi cho đến cách đây một tháng, chàng nhận tin từ thằng Long, bạn cùng lớp thời trung học." Tao tìm mày mắc mệt. Nè, sắp họp lớp nhen. Có con Lan nó dìa nữa đó. Cách đây lâu rồi, nó có dìa tìm mày mà không biết mày ở đâu?" May là sau này có facebook, zalo mới tìm ra mày. Chàng giật mình, thấm thoát 35 năm rồi. Đứa nào cũng thành ông thành bà hết rồi. Gặp nhau chắc nhìn nhau lạ lắm! Chợt nhớ đến Lan, chàng cảm thấy ân hận. Ngày đó mình vô tâm quá! Phải chi mình hứa đại một điều gì đó, nàng sẽ tìm mình để thực hiện lời hứa thì biết đâu đã nên duyên chồng vợ, không phải gặp người như Son, thật chán khi quyết định sai như nhà thơ nào đó nói "Yêu sai lỡ để mang sầu trọn kiếp. "

Chàng nhìn mình trong gương, râu ria xồm xoàm, phải cạo sạch. Ghé tiệm hớt tóc tỉa cho gọn gàng. Kiếm một cái áo tươm tất, sạch sẽ. Đứa con gái thắc mắc:" Sao ba sắp lấy vợ mới sao mà ngắm nghía hoài vậy?" Chàng bẽn lẽn "Sắp gặp bạn cũ, con à!" Chắc bạn gái hả ba?" Con nhỏ lanh ghê! "Ừ, thì học cùng lớp nhiều bạn lắm con, Mình phải ": tút "lại chứ không tụi nó dòm kỳ lắm!" Đêm đó chàng lấy ra cây đàn guitar, bỏ lâu nên bụi bặm , lau sach . Chàng lên giây và tập hát lại một bài ngày xưa hay hát cho Lan nghe "

Ngọc Lan, dòng suối tơ vương, mắt thu hồ dịu ánh vàng

Ngọc Lan, ngành liễu nghiêng nghiêng, tà mấy cánh phong, nắng thơm ngoài song

Gió rung mờ suối biếc/Ý thơ phiêu diêu.../Ngón tơ mềm chờ phím ngân trùng, mạch Tương lai láng.

Dáng tiên nga, giấc mơ Nghê Thường lỡ làng /Ngọc Lan giọng ướp men thơ, mát êm làn lụa bóng là.

Chàng nhớ có lần nói cho Lan biết là hoa hay cây ngọc lan tượng trưng cho những nguồn năng lượng tích cực, mang đến những điều may mắn, đại diện cho tấm lòng nhân từ.

Lâu lắm rồi không đàn và hát nên có hơi vất vả lọng cọng nhưng rồi chàng thấy lúc này hát nhiều cảm xúc hơn.

Buổi họp lớp diễn ra tại một nhà hàng ở khu Kỳ Hòa quận 10, quán ấm cúng và bày biện trang nhã. Đặc biệt mùi hương dạ lý nồng nàn khu sân vườn khiến chàng nhớ ngày còn đi học, hai đứa hay ghé một quán cà phê trên đường Nguyễn Hoàng (nay là Trần Phú) , sau quán có một cây dạ lý tỏa ngát hương trong đêm .Gặp nhau sau 35 năm, bạn bè tay bắt mặt mừng . Điểm danh lại lớp mất 4 bạn vì nhiều lý do: tai nạn, bệnh tật …Thái hồi hộp chờ Lan đến và mọi người reo vui khi Lan đến trễ. Lan kìa, ông Thái! Lan xuất hiện trong mộ chiếc váy màu huyết dụ, gương mặt hơi gầy, vẫn còn nét duyên ngày xưa. Nàng bước vào, nhìn mọi người. Có ai đó la lên:" Ông Thái đứng lên chào người đẹp đi, giả nai hoài. Thái định thần nhìn Lan, từ từ bước tới, Lan chìa tay cho Thái bắt, hỏi nhẹ nhàng: "Thái khỏe không?

Thái nắm tay Lan một thoáng rồi buông ra ngay sợ các bạn cười. "Cầm lâu lâu chút ông Thái. "Có tiếng một bạn nói vói lên. Họ sắp xếp cho Thái ngồi kế Lan. Suốt buổi tiệc, Thái chỉ nói chuyện đời sống trong nước vì biết Lan ở nước ngoài mới về. còn Lan nghe nhưng lơ đãng vì nàng chỉ muốn biết đời sống hiện tại của Thái ra sao thôi. Thái hơi lảng tránh trả lời thẳng. Đột nhiên, Lan hỏi "Tuần này Thái rảnh bữa nào? Hai đứa gặp riêng nhau được không? Vì Lan cũng ly dị rồi Thái cười buồn:' Mình cũng chia tay bà xã lâu rồi Lan."

Lan nói "Vậy nhà Thái có gần quận 10 không? "Thái nói "Thôi tùy Lan, Lan chọn đâu thì Thái tới đó." Lan nói "Thái là người ở đây, Thái chọn đi. Lan đang ở quận 1 trong một mini hotel đường Lý Tự Trọng. Thái tra cứu trên mạng và nói "Vậy gặp nhau chiều thứ sáu ở Cà phê Padma de Fleur đường Hàm Nghi đi. Thái sẽ gửi địa chỉ cho Lan "Lan nói "Nhất định Thái đến nghen."

Nhóm bạn bắt đầu mờ máy hát karaoke và yêu cầu Lan Thái hát chung một bài. Thái xin hát bài Ngọc Lan, nhưng Lan nói" Thôi hát chung 'Anh còn nợ em 'đi "

Và cả hai cùng hát "Anh còn nợ em "Lan dặn " Lan hát một đoạn , Thái hát một đoạn ."

Anh còn nợ em/Công viên ghế đá/Công viên ghế đá/ Lá đổ chiều êm/Và còn nợ em/Dòng xưa bến cũ/Con sông êm đềm......

Và khi Lan hát Anh còn nợ em / Con tim bối rối/Con tim bối rối/Anh còn nợ em/Và còn nợ emCuộc tình đã lỡ/Cuộc tình đã lỡ/Anh còn nợ em

Giọng Lan chùng xuống, nghẹn ngào, im lặng. Thái phải hát tiếp.

Đêm đó, Thái trằn trọc mất ngủ Chang mong đến ngày gặp lại tại quán cà phê Padma de Fleur.

Quán Padma de Fleur tràn ngập sắc hoa và cây cối xanh mướt. quán có vẻ gần gũi thiên nhiên. Chỗ ngồi bố trí kín đáo, dễ tâm tình. Thái mở đầu: "Nói Thái nghe Lan sống thế nào? Hay những gì xảy ra khi Lan vượt biên."

Lan kể chậm rãi rằng sau khi đến Đảo 6 tháng, Nhờ vốn liếng tiếng Anh thời trung học, Lan làm phiên dịch tạm trên đảo và sau đó nàng được định cư ở Mỹ, dù bà dì muốn nàng qua Pháp.Tình cờ gặp một người đàn ông lớn hơn Lan 12 tuổi, rồi chẳng hiểu cơ duyên gì, sau đó anh ta cũng qua Virginia, anh ta theo Lan miết, nhưng Lan không yêu anh ta lắm vì có cái gì 'xạo xạo 'mà Lan không hình dung được.Nhưng sau 2 năm bôn ba xứ người , Lan đi làm nail để sống , và kiếm tiền học lại. Anh ta làm barber (hớt tóc). Tối nào anh ta cũng đưa Lan về vì anh ta lanh lắm, sang Mỹ đi học lái xe liền. Sau hơn 3, hay gần 4 năm theo đuổi, một tối Lan nghe bên nhà nhắn qua là má Lan vừa mất. Lan khóc suốt. Lúc đó đâu có về được vì tiền cũng không có nhiều, chỉ mấy tháng thì gửi một thùng đồ về nhà thôi. Trong đêm đó, Lan đã khóc trong vòng tay anh ta và sau chuyện buồn đó, Lan chấp nhận lời cầu hôn của anh ta. Hai năm sau Lan sinh con và bắt đầu đi học lại. gian nan lắm. Phải nhờ anh ta giữ con buổi tối cho mình đi học, thằng nhỏ lại èo uột, bịnh tim bẩm sinh nên rất cực. Mình cũng có nghe anh ta "léng phéng "mấy cô làm nail chỗ mình nhưng giả vờ làm ngơ cho xong chứ ly dị thì phiền lắm. Ai chăm con mình? Cuộc sống là sự đắp đổi hạnh phúc và số phận, hy sinh những niềm vui cá nhân. Anh ta dụ Lan đưa tiền phụ thêm mở tiệm Barber's shop nhưng sau 2 năm thì thất bại, ôm một đống nợ…Lan không dám nói nhiều vì hắn rất cộc cằn , chửi Lan xối xả .Nhưng cách đây khoảng 8 năm ,anh ta nói Lan " Mình ly dị đi. Anh làm hôn thú giả kiếm 70 nghìn đô trả nợ. Mình vẫn sống với nhau thôi." Lan không chịu nhưng thằng cha này dai miệng lắm nói nghe phát mệt, ra rả ngày này qua ngày nọ. Thét rồi Lan chịu. Ly dị cho anh ta kiếm vợ giả. Rồi anh ta về Việt nam làm đám cưới um sùm, khoe ảnh tùm lum. Em thấy hôn, giả mà như thiệt." gần 2 năm sau cô kia qua. Cô ta cũng trạc tuổi Lan, U-50 rồi. Mà không nghe thấy có tiền bạc gì vì cô nói cổ thiếu anh ta sao đó, làm nail trả nợ dần. Mà Lan thấy họ sống như vợ chồng thiệt luôn! Lan còn đang "cày' do mua nhà trả nợ chưa đủ nên đâu có dám hó hé gì!

Một hôm cãi nhau với Lan, anh ta nói cho cô kia vô ở cùng, rồi cô trả nợ. Nhưng cô ta ở bầy hầy quá, không dọn dẹp gì hết. Thằng con Lan lớn rồi, bắt mẹ con Lan dọn nó cự lại vì Lan làm không xuể. Đã ông chồng bày còn thêm mụ vợ hờ của ông nữa. Lan hù ổng, Lan nói người của Cục Di Trú mới tới đây hỏi "Quan hệ tay ba là sao? Bà với ổng ly dị rồi, sao không thấy ngăn phòng, ngăn nhà gì hết? Hôn nhân giả hả? "Anh ta nghe vậy sợ nên mới ra ngoài mướn nhà cho cô ta. Và anh sợ Cục Di trú nên lâu lâu về thăm Lan nhưng lòng Lan nguội lạnh, Lan hết muốn gặp anh ta rồi! Chỉ thương thằng con cần cha nhưng bây giờ nó có cuộc sống của một thanh niên rồi nên cũng tự lập được. Gần đây nghe đâu anh ta say rượu đánh nhau với ông chủ tiệm nail chỗ cô ta làm vì ghen hay vì tức cô ta "sù'không trả hết tiền. Sau khi lấy xong quốc tịch, nghe đâu cổ lấy ông chủ tiệm nail luôn rồi còn ông chồng Lan quay về đòi bán nhà này chia đôi nhưng Lan dọa nói " Bán bây giờ không đủ trả nợ , trắng tay luôn " Nên ổng xin một phòng ở nhờ . thương tình Lan cũng cho nhưng về mặt luật pháp thì hết rồi vì đã ly dị từ lâu. Gần đây ổng bị ung thư gì đó, hình như tuyến tiền liệt nên nằm bẹp ở nhà, vài tuần đi vào Bệnh viện, không biết hóa trị hay xạ trị gì đó Không để ý, kệ ổng! Nói nào ngay sau khi lấy chồng mấy năm, có lần khi đất nước mở cửa, Lan về Việt Nam tìm Thái, không biết có hy vọng gì không nhưng tìm mà không ai biết Thái ở đâu. Thái nói "Bộ tính nối lại tình yêu hả? Lan gật đầu "Lan sẵn sàng chỉ sợ Thái ngại thôi! Lần về Việt Nam, nghe đám trẻ hát nhạc bây giờ bài "Cảm nắng "mà Lan bồi hồi

Ước một ngày người sẽ ở đây/ Sánh đôi cùng nhau/ Trao nụ hôn đắm say/sao anh không biết tình em/Ngờ đâu anh quá hững hờ / để em chờ mong/ cùng với trái tim vụn vỡ

Lan hát khẽ bài hát và nàng ngả trên vai Thái. chàng thấy vai mình nướt. Nàng đã khóc. Bóng chiều ập đến. Trời chạng vạng. Sau những lùm cây hai người không còn trẻ ngồi dựa đầu vào nhau và Thái hỏi:" Có cách nào đến với nhau bây gờ không?"

Lan nói "Nếu anh muốn, Lan sẽ về Việt Nam làm lại từ đầu. Thái bỗng quả quyết " Anh đã mất em một lần trong đời , sẽ không có lần hai ." Vậy em thu xếp để về Việt Nam sống với anh đi. Con anh lớn rồi, nó đã lấy chồng ra riêng. Còn anh ở một mình à "Hãy về Việt Nam, Lan nhé!"

Lan gật đầu. "Em sẽ quay trở lại Mỹ thu xếp rồi về luôn. Mình làm lại từ đầu Thái nhé? "Thái cúi xuống, hôn Lan say đắm. Nàng run run tiếp nhận rồi nắm chặt tay Thái.

Hôm sau nàng trở lại Mỹ. Thái ra sân bay và bịn rịn đến khi nàng đi vào trong sảnh làm thủ tục mới quay về. Nàng nói vói ra "Chờ em khoảng 2 đến 3 tháng thu xếp nhà cửa nhen."

Chàng khấp khởi hy vọng một trang đời mới sắp mở ra với viễn cảnh được sống bên người minh yêu.

Cháng vẫn liên lạc qua mail với nàng. Hai tháng sau, gần 3 ngày không nhận mail của nàng. Chàng bồn chồn lo lắng, linh cảm bất an. Chàng gửi thêm 2 mail hỏi thăm và khoe rằng chàng đã "tân trang "lại căn nhà chờ nàng qua. Đêm đó, khoảng gần nửa đêm, chàng đang thả hồn theo bài hát Ngọc Lan thu âm gửi cho nàng nhưng chưa thấy hồi âm từ nàng khen hay chê …

Ngọc Lan trầm ngát thu hương, bờ xanh bóng dương phút giây chìm sương. /Bông hoa đời ngàn xưa tới nay./Rung nhạc đó đây cho đời ngất ngây, cho tơ trùng đờn hờ phím loan./Thê lương mây nước sắt se cung Hàn,/Ôi tâm hồn nghệ sĩ chìm trong hương thắm./Nhớ phút khuê ly, hồn mê tuyết hoa, Ngọc Lan!

Chàng còn đang tính thu thêm bài Tình Cầm, Chàng lẩm bẩm "Có mây bàng bạc gây thương nhớ/Có ánh trăng vàng soi giấc mơ/Có anh ngồi lại so phím cũ/Mong chờ em hát khúc Xuân xưa.'

Thì nhận được mail mới từ nàng. Vội vàng chàng mở ra ngay, Email từ hộp thư của nàng:

Bác Thái thân,

Cháu viết thư này nhờ Chat GPT dịch báo cho bác biết: mẹ cháu đã book vé máy bay chuẩn bị về Việt Nam tuần sau, thì bất ngờ đêm hôm qua, ngã trong toilet nên đã chuyển vào University of Virginia Medical Center, hiện vẫn còn hôn mê, đang nằm Phòng Cấp Cứu, chờ theo dõi.

Rất tiếc chuyến đi sẽ bị hoãn vô thời hạn và có thể mẹ cháu sẽ không về Việt Nam như đã dự tính.

Mong bác giữ gìn sức khỏe.

Trân trọng,

Cháu

Clement Tran

Mắt Thái nhòe đi dưới ánh đèn. Người đàn ông từng trải gần hết đời người, dạn dày với bao thăng trầm, giờ đây đã khóc. Ngoài trời có tiếng mưa rơi vì nghe đâu bão về qua thành phố.

Chàng nghe như tiếng Lan vọng lại

Anh còn nợ em/Chim về núi nhạn/Trời mờ mưa đêm/Trời mờ mưa đêmAnh còn nợ em/Nụ hôn vội vàng….

Chàng ngồi yên, mắt nhìn vào màn hình điện thoại, vô hồn. Chàng có ở đó mà như không ở đó.

NGUYÊN CẨN

TRẦN QUÝ TRUNG
Giác Duyên

Giác duyên đâu đã đến gần
Bến mê đâu đã dần dần rời xa
Tắm mình trong cõi ta bà
Sân si vọng tưởng tâm ma đối đầu
Đời người bao cuộc biển dâu
Oan khiên chồng chất não sầu triền miên
Mong sao bỏ hết ưu phiền
Thiền thơ ý hội phỉ nguyền sắc không

Quảng Tuệ TRẦN QUÝ T1UNG
San Diego Tháng 4 năm 2015

Ghi chú:

(1) Giác duyên: duyên đã ngộ đạo
(2) Bến mê : cõi ta ba (2) nơi người phàm phu ở
(3) Hội Thiền Thơ do nhà thơ Duong Thanh Phong sáng lập năm 2007 tại Santa Ana, California để phục vụ nhân sinh và nghệ thuật theo hướng thiện
(4) Ý Hội : Lấy ý mà cảm nhận , chứ không thể hiểu theo lời nói, văn tự
(5) Sắc không : Sắc là hình tướng, Không là vô hình , vô tướng. Bản tính sự vật là không, duyên hợp thành có. Duyên tan thành không. Không không có có biến đổi vô lường. Hiểu được sắc không tức là đã hiểu theo đạo Phật phần nào

TRẦN QUÝ TRUNG
Hãy Cho Tôi

Hãy cho tôi xin một nụ cười
Hãy cho tôi ánh mắt yêu thương
Hãy cho tôi lời nói dịu dàng
Hãy cho tôi khung trời trẻ thơ

Hãy cho tôi nhìn lại lá thư xưa
Của người thân nhu mì và đằm thắm
Làn môi cong nở nụ dưới trời mưa
Trời không mưa tôi cũng lạy trời mưa

Hãy cho tôi thực hành chánh niệm
Và không quên thực hành chánh định
Để não bộ bùng lên tuệ giác
Hãy cho tôi không làm điều ác
Theo Đức Phật chỉ làm điều lành

Hãy cho tôi trái tim từ bi
Không còn vọng tưởng tham sân si
Hãy cho tôi giữ gìn năm giới
Hãy cho tôi thấm nhuần thân, khẩu, ý
Quán chiếu Thân, Tâm, Vô Thường, Vô Ngã

Hãy cho tôi tụng Tâm Kinh Bát Nhã
Để tự mình thấu triệt có và không
Hãy cho tôi trì chú Đại Bi
Để tinh tấn tiêu trừ nghiệp chướng
Xin vô minh, tiêu cực âu lo

Hãy cho tôi hiểu sâu về Nhân Quả
Gieo nhân lành trên mỗi dấu chân đi
Hãy cho tôi một thanh gươm báu
Chém sạch rừng quá khứ khổ đau
Và chỉ thấy một màu hồng rực rỡ
Trước sông hồ mây núi của thiên nhiên

Hãy cho tôi cuộc sống bình yên
Bên bờ Thái Bình Dương bát ngát
Nhớ quê xưa có Biển Thái Bình
Nơi tôi sống những ngáy tươi đẹp
Tâm hồn tôi không còn hạn hẹp
Nhìn cuộc đời thông cảm yêu thương
Tứ Đế nhiệm mầu không kể xiết
Dưới trời cao một màu xanh biếc
Quá khứ xa vời, tương lai chưa tới
Quan trọng thay " Bây giờ và Ở Đây
(Here and Now)
Niết Bàn, Cực Lạc cũng tại ngay đây

TRẦN QUÝ TRUNG
Khởi viết 5 AM April 23, 2025
Hiệu đính 4 AM April 23, 2025

QUYÊN DI
ỐC LUỘC

Bà chúa thơ Nôm **Hồ Xuân Hương** xứng đáng được tuyên phong là "đệ nhất ỡm ờ." Bà tả một vật, thì rõ là tả cái vật ấy, nhưng đọc lên, ai cũng liên tưởng đến một vật khác. Thí dụ bà tả cái quạt giấy: Một lỗ sâu xâu mấy cũng vừa Duyên em dính dáng (dính dán) tự bao giờ. Chành ra ba góc, da còn thiếu, Khép lại hai bên, thịt vẫn thừa. Mát mặt anh hùng khi tắt gió, Che đầu quân tử lúc sa mưa. Nâng niu ướm hỏi người trong trướng: Phì phạch trong lòng đã sướng chưa? Hay bà tả quả mít: Thân em như quả mít trên cây Da nó xù xì, múi nó dày. Quân tử có thương thì đóng nõ, Xin đừng mân mó, nhựa ra tay. Lại có cái con kia, không biết là may hay không may, được bà chúa để mắt tới, đó là con ốc. Chắc là đã săm soi, ngắm nghía con này khá lâu, bà chúa mới hạ bút, tả: Bác mẹ sinh ra phận ốc nhồi Đêm ngày lăn lóc đám cỏ hôi. Quân tử có thương thì bóc yếm Xin đừng ngó ngoáy lỗ trôn tôi -2 Bà chúa chỉ dạy cách ăn ốc, làm sao lấy được con ốc ra khỏi vỏ, nhưng vì cách nói ỡm ờ của bà, người đọc liền nghĩ (tầm bậy) sang chuyện khác. Vì bài thơ "Con Ốc" này mà suýt nữa anh Tuấn bị bố tôi phạt. Anh Tuấn là anh cả trong nhà. Anh đẹp trai, răng khểnh, ăn nói có duyên, lại có khiếu văn chương, văn nghệ. Về sau anh lớn lên, nhiều cô chết mê chết mệt vì anh. Anh Tuấn hơn tôi chín tuổi. Dạo ấy anh khoảng mười bốn, mười lăm. Gia đình chúng tôi quen biết chú Mấm. Chú người nhà quê, thật thà, chất phác, rất tốt bụng. Chúng tôi là gia đình rời Hà Nội đi tản cư mà chú cứ xem như là thượng khách trong làng không bằng. Đến nhà, chuyện trò với bố mẹ tôi hay bố mẹ chị Bích Khuê (cũng là gia đình tản cư, được người dân xứ đạo cho ở chung nhà với gia đình tôi,) chú xưng là "con." Nói mãi, chú đành đổi "con" thành "cháu."

Anh Ngọc và tôi rất mê chú Mấm. Chú đến nhà, làm đủ thứ đồ chơi cho anh em chúng tôi. Sao chú khéo tay thế không biết!

Chú làm diều đẹp ơi là đẹp. Diều thả bay cao ơi là cao. Sáo diều vi vu hay ơi là hay. Mê nhất là có lần chú làm cho anh em chúng tôi cái xe ô-tô. Thân xe bằng các-tông. Bốn bánh xe bằng bốn cái nắp chai bia. Chú nhặt ở đâu được một tấm gương vỡ, tìm cách cắt một miếng vuông vắn làm kính xe. Xe ô-tô lại có gắn cái kèn nhỏ, bóp kêu toe toe. Đẩy cái xe thì nó lăn bánh được. Anh Ngọc và tôi ngồi cách nhau mấy sải tay, đẩy xe qua lại. Lâu lâu một đứa lại bóp kèn kêu toe toe rồi cả hai cười như nắc nẻ. Hôm ấy, đi ngủ, anh Ngọc nhường cho tôi nằm ôm cái xe ô-tô suốt đêm. Sáng hôm ấy, chú Mấm lại đến nhà, khệ nệ mang theo một cái rổ. Mẹ tôi hỏi: "Anh Mấm đem gì đến đấy?" Chú Mấm vừa thở vừa nói: "Bẩm ông bà, cháu mới ra ao, bắt được rổ ốc vặn. Gớm, sao hôm nay chúng nó ở đâu kéo đến đông quá đi mất. Ốc này béo ra phết. Cháu đem đến để các ông bà và các cô cậu xơi cho biết quà quê. Để cháu luộc cho." Mẹ tôi cười, bảo: "Cám ơn anh cho quà. Tôi biết luộc. Xế chiều mời anh sang xơi nhé." Anh chị em chúng tôi và cả chị Bích Khuê đang chơi quanh đấy. Anh Tuấn, không biết xem được thơ bà Hồ Xuân Hương trong sách nào, thấy ốc, liền buột miệng đọc ngay: "Bác mẹ sinh ra phận ốc nhồi. Đêm ngày lăn lóc đám cỏ hôi. Quân tử có thương thì bóc…" Bố tôi đằng hắng một tiếng và lườm anh. Anh Tuấn im bặt, không dám đọc nốt bài thơ. Bố tôi không cho anh đọc tiếp, vì thấy có chị Bích Khuê đứng đấy. Từ khi chúng tôi còn nhỏ bố đã căn dặn không được nói những lời sỗ sàng với phụ nữ hay khi có mặt phụ nữ. Anh Tuấn im miệng đúng lúc, nhưng chị Bích Khuê chắc cũng biết bài thơ ấy, mặt chị đỏ như quả nhót chín. Chú Mấm về rồi, tôi giục mẹ: "Mợ ơi, mợ luộc ốc cho chúng con ăn ngay đi." Mẹ tôi trả lời: "Không luộc ngay được đâu, chú mình! Phải làm cho ốc sạch đã." Rồi mẹ đem rổ ốc vào bếp. Chị Bích Khuê đi theo, nói: "Bẩm bác, cho cháu học bác cách rửa ốc, luộc ốc ạ." Chị Bích Khuê đi theo mẹ tôi thì tôi cũng đi theo chị.

Thấy chị Bích Khuê ngoan ngoãn, dễ bảo, mẹ tôi nhờ: "Cô Bích Khuê giúp tôi vo rá gạo này nhé, để nhát tôi thổi cơm chiều. Cô nhớ đừng bỏ nước vo gạo đi, phí. Nước ấy để ngâm cho ốc nhả sạch các chất bẩn ra đấy." Chị Bích Khuê nhanh nhẹn: "Bẩm bác, cháu vo gạo ngay ạ." Thế rồi đôi bàn tay tháp búp, trắng hồng của chị khoắng trong rá gạo ngâm trong chậu đồng đầy nước mưa. Tôi đứng nhìn, xoè bàn tay mình ra, tay mình không có những ngón tháp bút xinh đẹp như chị. Thấy tôi đứng ngẩn ra nhìn tay chị, mẹ tôi giục: "Cu cậu giúp mợ chọn ốc nhé." Tôi ngây thơ hỏi: "Chọn ốc như thế nào hở mợ?" Mẹ tôi vừa thận trọng đổ rổ ốc vào một chậu nước khác, vừa thong thả bảo tôi: "Chú mình làm theo mợ đây. Miệng con ốc có cái vảy, gọi là cái yếm đậy bên trên. Ốc tươi thì yếm đậy hờ hờ thôi. Đụng vào cái yếm, ốc thụt ngay vào, khép yếm kín mít. Ốc chết thì yếm thụt sâu xuống, có đụng vào cũng không thấy nhúc nhích gì. Chú mình lấy con ốc ấy ra, bỏ đi. Như thế mẻ ốc luộc mới ngon được." Chỉ một chốc, gạo đã vo xong mà ốc cũng chọn xong. Mẹ lại thận trọng trút rổ ốc tươi ấy vào chậu nước vo gạo. Xong xuôi, mẹ giải thích: "Có mấy cách ngâm ốc cho chúng nhả các chất bẩn ra cơ. Ngâm nước vo gạo là một cách. Ngâm trong chậu nước có thả trong ấy một con dao là một cách khác. Kim khí cũng khiến cho ốc nhả các chất bẩn ra. Cách thứ ba nữa là ngâm ốc với giấm có pha thêm ớt. Cách này làm cho ốc rất mau nhả chất bẩn, nhưng làm xong lại phải rửa ốc bằng nước sạch. Chung quy, ngâm ốc vào nước vo gạo vẫn là cách truyền thống, an toàn nhất. Cô Bích Khuê nhớ lấy nhé." Chị Bích Khuê nhỏ nhẹ và lễ phép: "Bẩm, cháu nghe kỹ và ghi nhớ ạ." Tôi hỏi: "Mợ ơi, bây giờ mình làm gì? Như mợ bảo phải đợi chừng hai tiếng ốc mới nhả hết các chất bẩn ra thì lâu quá!" Mẹ tôi bảo: "Ấy, muốn có miếng ăn ngon thì cũng phải công phu, phải mất thì giờ chứ. Nhưng cũng chẳng lâu lắm đâu. Trong lúc chờ cho ốc sạch, mình chuẩn bị món nước chấm. Với lại Chúc ra vườn hái cho mợ một ít lá chanh nhé." Tôi hỏi: "Hái bao nhiêu hở mợ?" Mẹ đáp: "Chừng một vốc tay thôi. Mình luộc ốc với lá chanh cho ốc thơm."

Tôi ra buồng ngoài rủ anh Ngọc ra vườn hái lá chanh. Mùa này chanh đã ra hoa, lá non không còn bao nhiêu, nhưng mẹ tôi đã dặn: "Hái lá chanh già cũng không hề chi. Mình ăn gà luộc, cần lá chanh non thái nhỏ tăng, còn luộc ốc thì lá chanh già cũng vẫn dùng được." Hai anh em chạy ra vườn. Bên vại nước mưa, một cây chanh cành lá rườm rà, không biết đã mọc ở đấy từ thuở nào. Hoa chanh thơm, trắng lấm lấm đầy cả các cành.

Anh Ngọc khôn ngoan hơn tôi, dặn: "Chúc hái lá thôi, đừng hái hoa với lại đừng làm hoa rụng nhé, để hoa nó kết quả." Tôi làm theo. Vì phải thận trọng không hái lầm phải hoa và không cho hoa rụng nên hai anh em làm cũng hơi lâu. Hái lá chanh xong, tôi định đem vào khoe mẹ, nhưng anh Ngọc đã bảo: "Mợ chưa nói, nhưng chúng mình làm trước đi. Chúc theo anh ra cây bưởi, bẻ mươi, mười lăm cái gai. Gai bưởi mà để khêu ốc thì nhất đấy. Nhưng mà Chúc phải khéo kẻo gai bưởi nhọn nó đâm chảy máu tay đấy." Tôi lon ton đi theo anh. Sao anh Ngọc biết bẻ gai bưởi để khêu ốc mà tôi không biết nhỉ! Mà anh có lớn hơn tôi bao nhiêu đâu. Mình khờ thật! Tôi vừa theo anh vừa nghĩ như thế! Chỉ một thoáng, lá chanh cũng hái xong, gai bưởi cũng bẻ xong. Hai anh em đem vào nhà, xuống bếp khoe mẹ. Tôi liến thoắng: "Mợ ơi, mợ không dặn nhưng Chúc biết gai bưởi khêu ốc là tốt nhất nên bẻ cho mợ hơn chục cái gai bưởi đây." Mẹ tôi khen: "Hai anh em ngoan lắm. Xứng đáng được thưởng ăn ốc luộc." Anh Ngọc nhìn tôi, mủm mỉm cười. Anh không tranh công với tôi, mặc dù chính anh dạy tôi là ăn ốc thì phải dùng gai bưởi mà khêu. Thấy mớ gai bưởi, mẹ tôi ngâm nga câu ca dao: "Trèo lên cây bưởi hái hoa. Bước xuống vườn cà hái nụ tầm xuân… Cái anh chàng si tình ấy đến là khổ! Trèo lên cây bưởi, vừa bị kiến cắn vừa bị gai cào…" Rồi mẹ nhìn chị Bích Khuê, cười nhè nhẹ: "Chắc mai sau cô Bích Khuê làm khối anh chàng phải trèo lên cây bưởi." Chị Bích Khuê hai má đỏ au, hàm răng trên cắn nhẹ bờ môi dưới. Chị nói lảng: "Gần bếp lửa, nóng quá bác ạ."

Thấy chỉ có lá chanh, chị Bích Khuê hỏi mẹ tôi: "Bẩm, mình không dùng lá bưởi để luộc chung với ốc ạ?" Mẹ tôi nói: "Cũng có nhiều người luộc cả lá chanh lẫn lá bưởi với ốc. Nhưng tôi thì chỉ dùng lá chanh thôi. Lá chanh thơm dịu, còn lá bưởi thì hơi hắc. Gia đình tôi có người họ hàng ở trong Nam, họ nói rằng trong ấy người ta luộc ốc với sả, cũng thơm lắm." -3 Rồi mẹ tôi bảo hai anh em tôi: "Thôi, cho hai chú chàng ra ngoài chơi. Nhát ốc luộc xong, mợ cho ăn." Anh Ngọc vâng lời, ra ngay. Tôi thì cứ luẩn quẩn trong bếp, xem chị Bích Khuê được mẹ tôi dạy pha nước mắm chấm ốc luộc. Thấy thế, mẹ tôi cũng không nói gì. Mẹ tôi, rất ân cần, chỉ dạy chị Bích Khuê làm món nước chấm:

"Ốc ngon mà không có bát nước chấm ngon, cái ngon giảm đi nhiều. Có những nhà chỉ pha nước mắm ngon với giấm hay với chanh, với gừng, thế là xong bát nước chấm. Nhưng cầu kỳ hơn thì mình phải dụng công. Đây, nước mắm ngon, hai thìa nhé. Nước mưa đun cho nóng âm ấm, một thìa. Quả chanh lúc nãy tôi nhờ cô Bích Khuê cắt đôi đấy, vắt nước ra, sao cho đầy một thìa. Hũ đường cát vàng đây, cô xúc cho ba thìa. Rồi nhé. Bây giờ củ gừng cô đập dập ra, tỏi bóc sẵn rồi, cũng đập dập rồi băm nhỏ. Quất tươi, lấy hai quả, thái mỏng ra. Lá chanh, thái nhỏ tăng nhé. Rau mùi, thái và băm nhỏ. Đây… làm theo tôi nhé: đổ hai thìa nước mắm, một thìa nước ấm, ba thìa đường vào bát. Cô lấy đôi đũa này, khuấy cho đều tay. Đổ gừng, tỏi, ớt, rau mùi vào bát. Cho thêm cả thìa nước cốt chanh vào. Lá chanh thái nhỏ rồi, phải không? Cô cũng cho vào bát nước chấm. Hai quả quất thái khoanh mỏng, ta cho vào bát nốt. Vị quất chua chua ngọt ngọt rất dịu, lại thêm mùi tinh dầu của vỏ quất tiết ra khiến cho bát nước chấm thơm ngon vô cùng. Ớt thì tuỳ đấy, gia đình chúng tôi không ăn cay lắm. Có thế thôi, xong món nước chấm." Chị Khuê Bích vừa nghe mẹ tôi hướng dẫn, vừa thoăn thoắt hai tay làm theo. Chị khéo quá. Xong xuôi, bây giờ là việc chính: luộc ốc. Gọi là việc chính, nhưng lại rất nhanh, vì tất cả đã được chuẩn bị sẵn rồi. Mẹ tôi dặn chị Bích Khuê: "Người ta cứ đố nhau nói câu "nồi đồng nấu ốc, nồi đất nấu ếch," lúc đầu nói chậm, càng về sau càng nói nhanh mà không bị nhịu giọng thì được cho là giỏi

-4 Nhưng thực tế thì không nhất thiết phải luộc ốc bằng nồi đồng. Cứ nồi đất mà dùng. Nồi có đáy mỏng vừa phải chứ đừng dày quá. Nồi mà đáy dày, phải luộc lâu, ốc lâu chín, có khi bị dai, kém ngon kém ngọt. Lá chanh đây, rửa sạch, cho vào nồi cùng với một bát giấm bỗng. Rổ ốc đã được chọn kỹ và rửa sạch rồi, ta nhẹ tay trút nào nồi, đổ thêm một bát nước và một dúm muối. Nhớ là chỉ một bát con nước thôi, cô nhé. Nhiều nước quá, vị ngọt của ốc sẽ mất đi, kém ngon." Nồi ốc đã được chuẩn bị xong. Mẹ tôi khơi cho lửa trong bếp cháy lớn lên. Chỉ một lúc sau, nước trong nồi ốc sôi trào ra. Mẹ tôi chờ một phút rồi mở vung nồi. Mùi ốc thơm xông lên ngào ngạt. Mẹ tôi dặn chị Bích Khuê câu cuối: "Bí quyết luộc nồi ốc ngon là khi nồi ốc chưa sôi thì tuyệt đối không mở vung ra. Ta cũng không nên dùng đũa đảo ốc trong nồi. Làm như thế ốc bị đứt ruột, khó khêu, khiến cho mất hứng thú người ăn ốc." Mẹ tôi lấy tro vùi than củi trong bếp, nhanh tay đổ nồi ốc ra rổ cho ráo nước, rồi bà giục chị Bích Khuê: "Cô sang nhà ngang mời ông bà cùng sang đây ăn ốc. Phải ăn nóng thế này, ốc mới ngon." Chú Mấm cũng được nhắn sang ăn ốc luộc, nhưng chú cám ơn và nhất mực từ chối. Chú bảo bên nhà chú ăn mãi rồi. Chỉ dăm phút sau, cả hai gia đình ngồi vòng tròn trên chiếu mà trung tâm là rổ ốc và bát nước chấm. Anh Tuấn vừa thấy rổ ốc đã lại nhanh miệng đọc câu thơ nhại giọng thơ Hồ Xuân Hương: "Thân em như thể ốc mà thôi. Thơm tho hương ngát khiến bồi hồi. Quân tử nhìn em ao ước mãi. Vừa giòn vừa béo, nhỉ, chao ôi!" Bố tôi không kịp ngăn anh Tuấn lại, chỉ lườm anh một cái rồi đằng hắng. Chị Bích Khuê, mặt lại đỏ như quả nhót chín. Bố mẹ chị ấy cười hiền hoà. Ông bố chị lấy ra chai rượu trắng, xách theo từ lúc nào không biết, mời bố tôi: "Cám ơn ông bà Chánh cho chúng tôi xơi ốc luộc. Dân dã thế mà ngon đáo để, ông Chánh nhỉ. Ta làm với nhau mấy tợp rượu đưa cay nào." Tôi ngồi cạnh chị Bích Khuê, thấy hai má chị đỏ chín. Sao mà chị đẹp thế. Anh Ngọc hồn nhiên, vừa ăn ốc vừa xuýt xoa khen ngon. Mẹ tôi ngồi cạnh anh Tuấn, để nhỡ anh có xuất khẩu thành thơ… Hồ Xuân Hương nữa thì kịp bấu vai anh kẻo anh bị bố mắng.

Tự nhiên, hạnh phúc đến với tôi một cách bất ngờ khi chị Bích Khuê vừa khêu ốc cho tôi vừa nói: "Chúc hái lá chanh với bẻ gai bưởi vất vả nhỉ. Đây, chị thưởng cho hai con ốc tướng này!" Lúc ấy tôi chỉ kịp hưởng hạnh phúc mà không thắc mắc gì. Lớn lên, có lúc nhớ lại những ngày tản cư cũ, tôi mới thắc mắc: "Sao hôm ấy chị Bích Khuê chỉ thưởng cho mình hai con ốc tướng mà không thưởng cho anh Ngọc nhỉ?" Rồi tôi tự giải đáp điều thắc mắc của chính mình: "Chắc chị ấy đền công cho mình vì chỉ trước hôm ấy ít lâu, mình tặng cho chị tràng hoa xoan tím nhạt và thơm ngát. Chắc thế!"

QUYÊN DI

18:09

NGƯỜI SÔNG HẬU
GIỮA ĐỒI CHÈ CẦU ĐẤT

Nắng đã lên rồi - nắng rất xanh
Em về ngang có ghé Trạm Hành?
Xuân Trường nắng sớm ngời lên mắt
Cánh đồng điện gió đẹp hơn tranh.

Đồi chè Cầu Đất vờn sương sớm
Bạt ngàn hương cỏ nội hoa đồng
Những ngôi nhà nhỏ sao xinh quá
Vườn ai vừa chớm đỏ mùa hồng.

Bồng bềnh trong nắng ngủ trong mây
Tháp cao vươn những cánh tay dài
Quay nhanh theo gió quay theo gió
Tôi thấy tiếng cười trong mắt ai.

Hoa anh đào đua khoe sắc thắm
Luống chè bát ngát tiếp nối nhau
Trải dài ngút mắt trên sườn dốc
Bảng lảng sương chiều rơi xuống mau.

Đi giữa màu xanh ngát núi đồi
Điện về thắp sáng tỏa muôn nơi
Em ơi có thấy trong màu mắt
Tiếng cười đọng lại giữa lòng tôi.

NGƯỜI SÔNG HẬU

NGUYỄN AN BÌNH

KHI TÀU DỪNG Ở GA ĐÔNG HÀ*

**Tặng anh Nguyên Minh người ngồi đối diện cùng tôi chờ sáng khi tàu đến ga Đông Hà.'*

Toa nghiêng nhịp lắc lư ngừng
Đường ray bánh nghiến chợt dừng nghe đau
Lòng trôi theo tiếng còi tàu
Trời đêm vừa ửng vệt màu từ xa.

Ga vừa đổ lại Đông Hà
Sông chia Bến Hải tàu qua bến sầu
Câu hò ngày ấy giờ đâu
Còn đau đáu nhớ chân cầu Hiền Lương.

Một thời cách một dòng sông
Người bên bờ Bắc nặng lòng bờ Nam
Máu loang thành cổ điêu tàn
Bạn ta nằm lại vết hằn tháng năm.

Gió Lào đốt thịt xương tan
Đỏ dòng Thạch Hãn tóc tang chưa già
Ai về tìm bến thả hoa
Nhắc chi xương cốt đã hòa đáy sông.

Nhọc nhằn câu chuyện văn chương
Biết ai chia sớt nỗi buồn cùng ta
Đất trời chìm nổi phong ba
Tiếng chim lẻ bạn lời ca bùi ngùi

May còn chút nắng buồn vui
Đường xa cách núi ngăn đồi lạ chi
Tàu dừng đón khách rồi đi
Hồn ta ở lại đã di quan rồi.

NGUYỄN AN BÌNH

**Ga Đông Hà: tên một nhà ga xe lửa thuộc tỉnh Quảng Trị*

NGUYỄN HỒNG LINH
CHIỀU MƯA THÁNG SÁU

Tháng Sáu em còn nhớ không?
Ngày ấy tiếng mưa ru đời
Tháng Sáu cho tình đơm mộng
Phượng hồng buông rũ chiều rơi

Tháng Sáu lao xao mùa gọi
Trên phím dương cầm ngân vang
Ngẩn ngơ bâng khuâng chờ đợi
Còn ta nỗi nhớ riêng mang

Tháng Sáu chợt nghe xốn xang
Chiều phai bóng ngả bên đàng
Ngày mai em đi bỏ lại
Cà phê góc phố còn ai

Em về tháng Sáu không em?
Cho ta trả chút nợ đời
Chiều đau nắng ngả bên thềm
Đừng để tháng Sáu sầu khơi

Em về tháng Sáu không em?
Dấu hương lại những gọi mời
Gió sương lạnh phố buông rèm
Ngọn đèn hiu hắt buồn phơi.

A RAINY AFTERNOON IN JUNE

Do you still remember June?
When the rain singing a lullaby for life
June brings dreams of love to bloom
As crimson phoenix flowers gracefully fall
June dances with the call of the season
Echoing on the piano's keys
Lost in a haze of wistful waiting,
I carry my own solitude of longing

In June, a flutter fills the air
As shadows lengthen down the lane
One day you go and leave behind
The cafe corner without anyone there

Will you return in June, my love
To leave the scent of tender calls
The chilly breeze draping the street
While the dim light mournfully weeps.

Võ Thị Như Mai (dịch thuật)

2.

NIỆM KHÚC TÌNH THÁNG SÁU

Khi anh đến... tơ vương giăng đầy lối
Giọt tình sầu chất ngất em chờ mong
Em thẫn thờ khao khát vườn mộng mị
Đêm thẩm thì sâu lắng dấu yêu xưa.

Khi anh đàn... cung ngân sầu vạn cổ
Tháng Sáu về chếnh choáng mộng yêu đương
Cung đàn vương niệm khúc tình mời gọi
Lối em về, đêm tối ẩn mùi hương.

Khi anh đi... lá trên cành rơi rụng
Em lang thang hồn vô vọng đảo điên
Giọt mưa thấm bờ vai gầy giá lạnh
Mùa bơ vơ lạc sa mạc đi hoang.

Anh cứ đến và đi em lại khóc
Đến, đi cho tan nát trái tim đau
Vẫn mong chờ một lời yêu vĩnh viễn
Dẫu đá mòn nhưng tình mãi trăm năm.

NGUYỄN HỒNG LINH

TUỆ TÂM
AI SỐNG THAY ĐỜI NHAU

Ta đâu sống thay đời ai,
Mà vội vàng buông lời phán xét?
Giữa cuộc đời trắng đen chen chúc,
Chính bản thân ta còn hoài nghi...

Một lần thôi, thử đặt mình vào đó,
Nỗi đau kia, nào ai thấu cho cùng?
Hơn với thiệt cuối cùng ai còn giữ,
Được gì đâu ngoài những vết thương lòng?

Hạnh phúc nào chẳng từng qua bão tố,
Nắng chưa lên sao nở được hoa hồng?
Phải dãi dầu, phải bước qua giông tố,
Mới hiểu ra đâu mới thật bình yên.

Thế gian rộng tưởng bình yên dễ kiếm,
Lại vô tình lạc giữa những phong ba.
Đổi thành công bằng trăm lần vấp ngã,
Sống an nhiên dễ có được mấy người.

Nên người ơi, cứ sống đời chân thật,
Giữ cho mình một góc sáng trong tim.
Đừng bận lòng chuyện thị phi thiên hạ
Chỉ có ta mới hiểu được chính mình.

TUỆ TÂM
19/3/2025

LÊ KHÁNH NHÂM
LÀM DÂU

Cưới
là một cú gật đầu
rồi mất mình.

Chị
về nhà chồng
như giọt nước
rơi vào đá.

Tường không nghe.
Người không nhớ.
Cơm sống
chị ăn.
Lời sống
chị nuốt.

Có những đêm
chị nằm cạnh chồng
mà lạnh hơn
nằm cạnh gió.

Chị em
máu đông.
Lệ chị
chảy thẩm
qua tiếng rửa bát
mỗi chiều.

Chị không chết,
chỉ im dần
như lửa
bị dập bằng nước mắt.

LÊ KHÁNH NHÂM

QUẢNG XUÂN
ĐÓA Ủ TÌNH

Ủ tình trên một cánh hoa
Hương đưa ngào ngạt đậm đà nhân sinh
Em người hạnh phúc chúng mình
Anh nâng niu nhẹ hoa trinh vào hồn

Sáng vũ trụ thấm càn khôn
Xuân tình chắp cánh quyện tròn hồng hoang
Hào quang đôi cánh tay đan
Trộn lẫn hồn xác hòa tan đất trời

Cuộc tình tươi thắm nào vơi
Xuân xuân ấm áp hạt đời lung linh
Từ hoang sơ đến bình minh
Nhân loại vĩnh cửu… chỉ tinh yêu thôi !!!

Hồng cùng hẹn ước lứa đôi
Cặp môi thắm mãi lên ngôi thiên đường
Nòi giống nếp sống huyền hương
*Hoa khai nở nhụy thiện phương tiếp đời

Hạnh phúc hạnh phúc lên khơi…
Oa!! oa!! ngân mãi vào đời tương lai…

QUẢNG XUÂN
June 08th 2025
**Hoa khai nở nhụy nghĩa là sinh con.*

QUẢNG XUÂN
NỬA THẾ KỶ

Nửa thế kỷ niềm đau trong uất nghẹn
Lối đi xưa dâng mãi nỗi u sầu
Lòng thanh bình tìm mãi không thấy đâu
Hồn dân dã cơ cầu bao tủi nhục

Tuổi mười sáu trăng mờ làm vẩn đục
Đá bâng khuâng trời đất cũng lu mờ
Rời cảnh cũ ôm mùa đông nức mở
Bao người đi còn nợ với sông hồ…

Hồn ta đã lưu lạc ở nơi mô
Đời đêm tối kéo dài trên dĩ vãng
*Bức trường thành ô nhục đã hoang tàn
Mà chủ thuyết vẫn vinh quang đâu đó

Dòng lệ đời dòng lệ trời đã đổ
Triệu người mong được thuận đến bao giờ ??
Mờ mịt cả lòng ta vút ngẩn ngơ
Hồn sông núi hoang sơ niềm thinh lặng .

QUẢNG XUÂN
March 30th 2025
**Bức trường thành Berlin sụp đổ*
ngày 09 tháng 11 năm 1989.

ĐẶNG XUÂN XUYẾN

Tháng 5 cảm thán
Chùm thơ Đặng Xuân Xuyến

DẠI SAY

Em vờ say nghĩ lại
Ta mượn say để liều
Kìa, em đừng có dại
Quấn ta vào cuộc yêu!
*
Hà Nội, 25 tháng 5-2025

HOÁN TÌNH

Gạn tình gán đổi một đêm
Cạn đêm buốt lạnh chăn mềm... Thất kinh!
Nhốt mình hoán trả ba sinh
Trời kia liệu có vị tình mà buông...
*
Hà Nội, chiều 21 tháng 5-2025

LOẠN ĐỜI
(với Nguyễn Minh, bạn tôi)

Công lý chồm hỗm tót trên cao
Niềm tin ngửa cổ lộn ngã nhào
Hội đoàn nhún nhẩy trò bát nháo
Bạn bè bỡn cợt kẻ thanh cao.
*
Hà Nội, 20 tháng 5 năm 2025
ĐẶNG XUÂN XUYẾN

TÔN NỮ MỸ HẠNH
NHỮNG MÙA HOA THƯƠNG NHỚ

Bỏ lại gió giữa lưng đèo
Tôi giấu mình trong làn áo mỏng
Chiếc phu-la hình như không đủ ấm
Đưa tôi về tìm lại những mùa hoa
Chất đầy kỷ niệm.

Ngồi yên trong quán nhỏ
Nhớ mùa dã quỳ vàng rực một ngày đông
Nhớ chùm phượng tím sót lại đâu đây ở một góc phố quen chiều nọ
Nhớ cánh hoa anh đào hồng rơi trên mái tóc ngày đi
Nhớ mimosa chúm chím lá bạc lòng
Trôi theo thời gian tự thuở nào
Không còn dấu vết.

Đà Lạt mưa thật nồng nàn
Từng giọt mưa thơm mùi nhựa thông, mùi quả non, mùi su hào, mùi thạch thảo, mùi dâu tây...
Đánh thức tôi bằng một giấc mơ chín đỏ
nhịp đập con tim quay quắt nỗi nhớ không thành lời.

Phố núi ơi giữ giùm tôi lời hẹn ước
Ngày đi xa tôi không kịp khắc lên đồi đầy gai nhọn
Lạc mất mùa đông dấu rêu bên kia con dốc giã từ
Lạc mất những mùa hoa tràn đầy sắc màu thương nhớ
Những cánh bồ công anh bay đi vô định
Tôi chợt hiểu
Thế nào là một cuộc chia ly.

TÔN NỮ MỸ HẠNH

LINHCT
3. THÁNG NĂM TRONG EM

Tháng Năm
vàng vọt ánh chiều
Ghé ô cửa nhỏ
mây phiêu lãng buồn
Chân trời
soi bóng hoàng hôn
Xôn xao nỗi nhớ
khẽ luồn qua tim

Em ngồi
chải tóc bên thềm
Lặng thầm gió vuốt
tóc em rối bời
Nắng vừa
hôn nhẹ bờ môi
Ửng hồng đôi má
bồi hồi xuyến xao

Vụng về
ve cất lời chào
Bằng lăng nhuộm tím
đẹp sao tháng ngày
Mơ màng
chín đỏ hàng cây
Phượng hồng rực rỡ
ươm đầy môi xinh

Đưa tay
hái sợi tơ tình
Thả vào nhung nhớ
tên anh vừa tròn
Qua rồi
tuổi mộng mơ son
Tháng Năm mỗi độ
vẫn còn tim đau
Gửi trao
một chút nhiệm màu
Tháng Năm ở lại
trong nhau nụ cười.

LINHCT

HUỲNH MINH TÂM
VỚI HOA DIÊN VĨ

Hỏi tôi, chẳng biết vì sao
Tím hoa diên vĩ, ngọt ngào đang yêu?
Dẫu cho xao xác những chiều
Âu lo mưa móc bao điều vẩn vơ

Sống đây uẩn khúc tình cờ?
Vui đây vườn cỏ bất ngờ trổ hoa
Mặc mai tàn tạ hiên nhà
Một trăm bươm bướm lệ nhòa khóc than

Đôi khi nhung nhớ bàng hoàng
Bóng người lẫn khuất đôi làn khói mây
Dịu dàng như phút với giây,
Mùi thơm của đất, nét say của trời

Nở cho trọn vẹn cuộc đời
Yêu cho ngàn cánh rã rời cao sang

HUỲNH MINH TÂM

TRẦN DANH THÙY
TỰ TÌNH NHẠC CŨ...

Sau Hiệp định Genève 1954, nhạc Việt, hình thành từ những năm đầu của thập kỷ 1930 ở miền Bắc, 'như một dòng sông nhỏ', theo chân đoàn người lữ thứ 'êm xuôi về Nam'.

Trong đoàn người lữ thứ ấy, có những nhạc sĩ đã nổi tiếng như Phạm Duy, Phạm Đình Chương, Hoàng Trọng, Dương Thiệu Tước...; có những ca sĩ đã thành danh như Anh Ngọc, Thái Thanh...

Khi đã 'tái định cư' ở Sài Gòn, nhạc Việt theo chân những nhạc sĩ, ca sĩ ấy như một làn gió mới thổi vào, lay động và bắt nguồn cho những tài năng âm nhạc mới.

Phạm Đình Chương với ban hợp ca Thăng Long với các ca sĩ Phạm Duy, Hoài Bắc, Hoài Trung, Thái Hằng, Khánh Ngọc, Thái Thanh; Hoàng Trọng với ban hợp xướng Tiếng Tơ Đồng với Mai Hương, Kim Tước, Quỳnh Giao; Anh Ngọc với chương trình Tiếng nhạc tâm tình với Thái Thanh, Ngọc Long, Mộc Lan, Hà Thanh... không những đã phổ biến những sáng tác mang âm hưởng tiền-chiến-tiếp-nối, mà còn phổ biến những tuyệt phẩm của những nhạc sĩ tiền chiến-cách mạng như Văn Cao (Bến xuân, Suối mơ, Thiên Thai Trương Chi...), Trần Hoàn (Sơn nữ ca, Lời người ra đi...), Nguyễn Văn Tý (Dư âm)...

Phạm Duy (PD), Phạm Đình Chương (PĐC), Dương Thiệu Tước (DTT), Hoàng Trọng (HT)... như tiếp nối những nhạc phẩm đầu tay tuyệt vời đã sáng tác ở miền Bắc quê nhà như Cô hái mơ, Cây đàn bỏ quên, Khối tình Trương Chi, Chiến sĩ vô danh...(PD); Sáng rừng, Đợi chờ, Ly rượu mừng...(PĐC); Ơn nghĩa sinh thành, Đêm tàn Bến Ngự, Tiếng Xưa... (DTT); Đêm trăng, Tiếng đàn tôi... (HT)... đã tiếp tục sáng tác những nhạc phẩm để đời, thậm chí vượt thời gian và không gian như người ta vẫn biết, vẫn nghe.

Không phải ngẫu nhiên mà giai điệu và và một số ca từ trầm hùng nhưng khẳng khái của Tiếng gọi thanh niên của nhạc sĩ cách mạng Lưu Hữu Phước đã được cải biên thành quốc ca của quốc gia miền Nam trong 20 năm.

Không phải tình cờ mà nhạc giọng và ca từ thê thiết nhưng trong sáng của Mùa đông binh sĩ của nhạc sĩ cách mạng, Phan Huỳnh Điểu, vẫn được người miền Nam nghe từ giọng hát của những ca sĩ gạo cội của Sài Gòn như Thái Thanh, Mỹ Thể, Duy Khánh, Khánh Ly…

"Trời rét toán quân binh không ngại ngùng
Cơn gió bão tê tái lòng
Xông pha say khát máu thù
Gươm thiêng nguyền giữ giống rồng
Dầm mưa băng gió xá chi mệnh vong…"

Không phải bỗng dưng mà giai điệu và ca từ trầm ấm, đầy xúc cảm của Ngày về của nhạc sĩ Việt Minh, Hoàng Giác từ Hà Nội được miền Nam lấy làm nhạc hiệu cho một chương trình phát thanh nhằm lay động lòng người đã được nhiều ca sĩ nổi tiếng của Sài Gòn lúc ấy hát như Anh Ngọc, Hà Thanh, Khánh Ly, Duy Khánh, Elvis Phương…

Trong bối cảnh sinh hoạt âm nhạc miền Nam sau đó, nhiều nhạc phẩm được sáng tác từ nơi đây đã hoặc mang âm hưởng từ dòng nhạc đã khai sinh ra nó, hoặc hướng về nơi chốn đã hình thành và phát triển ra những giai điệu, âm cung và nhạc phách tuyệt vời ấy.

Nỗi lòng người đi của Anh Bằng đầy ắp những kỷ niệm của tuổi mới lớn "khi vừa biết yêu", khi "trăng tròn đắm say" của một kẻ tha hương. Giấc mơ hồi hương của Vũ Thành luôn hướng về "thành đô yêu dấu" như một tâm thức của một kẻ xa quê. Hướng về Hà Nội của Hoàng Dương như một tấc lòng hướng về một "thành phố xa xôi"… Tất cả đều như toát lên niềm nhớ, niềm thương, niềm luyến tiếc… nhưng nhẹ nhàng, đằm thắm của những tâm hồn phải rời xa nơi chôn nhau, cắt rốn vì một hoàn cảnh chung.

Đó là tâm sự của những kẻ xa nhà. Nhưng không chỉ có vậy. Tình tự nhạc xưa đã được tiếp nối bởi những thế hệ nhạc sĩ, ca sĩ Việt Nam thế hệ sau, đôi khi, thậm chí, chưa một lần đặt chân đến thủ đô miền Bắc.

Hà Nội ngày tháng cũ của Song Ngọc là một ví dụ nổi tiếng. Chưa một lần đặt chân đến thành phố 'ngàn năm văn vật' nhưng nhạc sĩ xuất thân từ An Giang, cực Nam của đất nước vẫn có thể nghĩ về, nhớ đến Hà Nội ngày nào không khác chi một người con Hà Nội:

"Hà Nội ngày tháng cũ
Mãi mãi theo tôi trôi trên biển đời
Hà Nội ngày tháng cũ
Như mây như mưa trong cuộc tình tôi
Hà Nội còn sống mãi
Chiếc áo xanh lam áo trắng nghiêng nghiêng mặt hồ
Chiếc lá cô đơn lang thang trôi trên vỉa hè
Dù đường xưa vắng ai chờ..."

Đó có phải là tấm lòng của một nghệ sĩ nặng lòng với tình tự quê hương?

Nhạc Việt mang ngôn ngữ Việt có lẽ còn cần nhiều công trình nghiên cứu, khám phá lớn lao hơn.

Tình tự nhạc Việt xưa, như một dòng sông, êm chảy và giao thoa trong tâm thức của những nhạc sĩ của những thập kỷ 30, 40, 50 và 60 của thế kỷ trước, thiết nghĩ, cũng cần những có những tiểu luận phong phú.

Tuy nhiên, trong khuôn khổ một bài viết ngắn, chúng tôi chỉ có thể ghi lại những cảm nhận và nhận thức điều mà chúng tôi nghĩ rằng đã có một sự tiếp nối, giao thoa trong tâm hồn và âm nhạc của một bộ phận nhạc phẩm mà nếu có điều kiện tìm hiểu sâu rộng hơn, chúng ta có thể tìm thấy trong đó một mẫu số chung về tình tự nhạc xưa (trước 1954) và tự tình nhạc cũ (trước 1975) đã được sáng tác, được hát và được nghe trong lòng người yêu nhạc hơn nửa thế kỷ đã qua như không có một biên giới chia cách...

TRẦN DANH THÙY

NGUYỄN NGUYÊN PHƯỢNG
TÌNH KHÚC MƯA BAY

Mượt mà khung trời tháng Sáu
Đường về chung lối mưa bay
Tình ta trắng miền hư ảo
Chiều ngân tình khúc hao gầy.

Thuở yêu áo ngời lộng gió
Tóc huyền xõa nắng mênh mang
Cuối đường ngọt mềm dấu cỏ
Công viên liễu thả hai hàng.

Ngỡ ngàng bên trời biển gọi
Em đi dâu bể xanh màu
Cánh sầu muôn trùng chấp chới
Vô thường mấy nẻo về đâu.

Thu vàng ngát thơm ngộ hạnh
Lá me xao xác rơi đầy
Nỗi niềm mơ xưa se lạnh
Nồng nàn tình khúc mưa bay.

NGUYỄN NGUYÊN PHƯỢNG
Mỹ Tho, 8/7/2025

Jos. NHẬT QUANG
HƯƠNG TÌNH NGỜI ÁNH TRĂNG MƠ

Ta gặp nhau trong chiều gió đưa hương
Trăng vừa thức giũa vườn yêu mơ mộng
Em như đóa hoa dưới làn sương mỏng
Anh là thơ lơi lả áng mây vương

Gió thầm thì lời yêu qua kẽ lá
Ánh nguyệt vàng ru nhẹ khúc tình ca
Môi thơm chạm hương nồng nàn say đắm
Phút yêu thương ngọt ngào mãi thiết tha

Đêm thao thức bên nhau nghe trăng hát
Lời tự tình thoang thoảng gió mơn man
Vòng tay ấm ru lòng thêm lưu luyến
Đóa hoa tình thầm nở giữa thời gian

Mai dù có xa xôi ngàn dặm bước
Trăng mơ màng vẫn ngát giữa trời xa
Tình lưu dấu trên ngàn mây hồng thắm
Dệt thành thơ … đan mộng ước đôi ta.

Jos. NHẬT QUANG

HÀ KIM QUY
NGƯỢC MÙA KÝ ỨC

Đi ngược con đường nhớ
Gặp cánh đồng hoang một năm đôi mùa goá bụa
Gió bấc thốc vào mặt em cười ngạo nghễ
Mặt trời nhìn em muốn thiêu đốt tâm can
Cánh diều muốn làm chiếc ô nhưng chẳng thể nào che nổi
Bất ngờ
Em thành cô gái chăn mây…

Những linh hồn rũ bỏ hỉ, nộ, ái, ố rong chơi
Phiêu lãng,
Quên lối về
Đôi khi khóc như trẻ nhỏ
Ướt đẫm nỗi buồn em

Hàng cây cũ rũ lá già về đất
Những chiếc lá non mỡ màng ngoái nhìn em cười rinh rích:
- Sao phải tìm về quá vãng buồn đau!

Núi ngồi đó mơ màng
Mắt như nàng thơ
Hồn thâm u, tịch mịch như cụ già ngàn vạn tuổi
Lệ đá chảy, thác reo
Người tắm nước mắt núi hoan hỉ
Niềm vui của người này là nỗi buồn kẻ khác
Sông lặng lẽ nuốt vào lòng nặng trĩu tâm tư
Biển là quá khứ hay tương lai?
Em dùng dằng giữa ngã ba
Dòng đời vẫn chảy.

HÀ KIM QUY

LÂM BĂNG PHƯƠNG
ĐẦY KHUNG NGUYỆT RẰM

Một mình
lặng lẽ
một mình
Hoàng hôn chín rục
rệu tình đôi ta.

Một mình
ngồi nhớ xưa xa
Thuở ong hút mật
bỏ hoa héo tàn.

Một mình
vai guộc mỏng manh
Mà thương
mà tiếc
xuân xanh
đợi chờ.

Dòng trôi
giờ mỗi con đò
Bến xưa
sóng gợn
đôi bờ
mông lung.

Đêm huyễn diệu
sợi trăng chùng
Lời thơ đan dệt
đầy khung nguyệt rằm .

LÂM BĂNG PHƯƠNG

LÂM BĂNG PHƯƠNG

HƯƠNG HẠ

Hạ vàng gieo nỗi nhớ
Nắng vẽ vời mùa thương
Em thuở còn mắc cỡ
Anh theo sau gót mòn.

Anh trao em nhánh Phượng
Ngại ngùng chẳng tròn câu
Giữ kín mối tình đầu
Trong ngực sâu ngày ấy.

Giờ Phượng đỏ nồng say
Ve ngân hoài trầm bổng
Bóng em sao chẳng thấy
Hạ vàng trong mắt ai.

Hạt nắng đã tròn xoay
Đan sắc nhuộm vai gầy
Bao giờ em trở lại
Để hạ buồn trên tay.

Hương hạ bay trăm hướng
Có gom về một phương
Như đôi ta ngược bước
Có điểm nào dừng chung.

LÂM BĂNG PHƯƠNG

NGÃ PHƯƠNG HUYỀN
MỖI KỲ VỚI CA KHÚC MỚI SÁNG TÁC
Thư Tòa soạn

Quí thân hữu và độc giả thân mến...

Đã bao lần có sự đề nghị về việc mở ra một tiết mục quan trọng có liên quan đến lãnh vực văn hóa, nghệ thuật nói chung … đó là: "*Mỗi Kỳ Với Ca Khúc Mới Sáng Tác*" … Nhưng BBT/VHM nhận thấy rằng việc đó mang tính "nhạy cảm", là dễ gây ra những ngộ nhận, không khéo sẽ đưa đến những "mất lòng" nhau một cách khó biện giải trong nội hay ngoại giới!!. Vì thế, chúng tôi đã khép lại những đề nghị như đã nêu trên…

Nhưng lại một lần nữa được mở ra với những đề nghị cũ… do từ một cơ duyên rất "may mắn" là từ những dây mơ rễ má của tình thâm thân hữu, dẫn đến một niềm vui và hạnh phúc khôn tả, đó là được: Nhạc sĩ Từ Công Phụng phổ bài thơ: "Người Muôn Thuở" của tôi thành nhạc, với tên mới "*Gửi Người Muôn Thuở*" (Bài thơ này của tôi nằm ở trang 156-157 trong tập thơ "*Anh Biết, Em Yêu Dấu*" được Nhà sách Tự Lực xuất bản & phát hành năm 2001…

Từ những yếu tố "*kích hoạt*" như kể trên, chúng tôi quyết định thực hiện ngay "*Mỗi Kỳ Với Ca Khúc Mới Sáng Tác*" " bao gồm đăng một, hai sheet nhạc và những bài viết về âm nhạc mang tính nghiên cứu, thảo luận, kể cả những tản mạn đóng góp vào loại hình nghệ thuật dùng âm thanh để diễn đạt, mang nặng tính quần chúng đám đông hơn cả này !! Tiểu mục do **Ngã Phương Huyền phụ trách ...**

Thưa quí thân hữu ...

Thật lòng mà nói rằng, mọi thứ trên đời đều không vượt thuyết tương đối … Việc tương tác thuần tính công tâm, bình đẳng cũng chỉ vững vàng được trong chủ quan đầy niềm tự tin, mới mong mạnh bước với những diễn tiến tốt đẹp, mang niềm vui và hạnh phúc đến với mọi người…

Trân trọng.

* Kỳ thứ **XIII**

1/ Gửi Người Đồng Hành_thơ THT Khế Iêm_nhạc Hà Nguyên Du

2/ Nụ Son Hồng _thơ & nhạc_Hà Nguyên Du

3/ Yêu Em Nàng Thơ Nhạc _thơ & nhạc_Hà Nguyên Du

Happy Thanks Giving Nov 22/12

Gửi Người Đồng Hành

Thơ Tân Hình Thức Khế Iêm
Nhạc : Hà Nguyên Du

Happy Thanks Giving Nov 22/12

NỤ SON HỒNG

1

(Phiên Buồn Trên Tuổi - Thơ HND 1970)

Bolero

Thơ & Nhạc Hà Nguyên Du

lìm. Và người điên đang hứng tuồng bi kịch. Ôm phận
người lao vút giữa rừng đêm Nghiệt oan nào giăng mắc lối hoa
niên. Mệnh số vây quanh thêu đốt xuân thì. Thời hợp
tan, ung hết mầm hy vọng. Nụ Son Hồng em rã cánh từ
đâu? Ôm mặt trời ta khóc bước chân về./. Thượng Đế...

1

Yêu Em, Nàng Thơ Nhạc

Thơ & Nhạc
Hà Nguyên Du
Jan, 09 / 2011 - 1:10PM

2

Tình ơi! ta xin ngỏ Ôi! Chữ yêu huyền diệu
Xin rót vào lòng nhau Đừng! đừng hỏi vì sao,
ta không yêu ai *khác* Ơi! như trên dòng
nhạc, em là khóa Sol. Năm đường thẳng bon, khuôn tình ta
khép. Ta hát từng nốt Đồ, Rê, Mi, Fa
Nhịp phách chan hòa, tình em cao vút. Làm nên ca
khúc, ca ngợi yêu thương. Mong đời nhiễu thương, vơi đi thù
hận. Chút ta hưng phấn viết nhạc, làm thơ../.

NHẬT KÝ VĂN HỌC

Nhạc sĩ Việt Nam nổi bật

1. Trịnh Công Sơn

• **Phong cách: Trữ tình, phản chiến, triết lý nhân sinh**

• **Tác phẩm tiêu biểu:** *"Diễm xưa", "Nối vòng tay lớn", "Biển nhớ", "Một cõi đi về"*

• **Đóng góp:** *Được ví như "Bob Dylan của Việt Nam", ông đưa triết lý sống, tình yêu và nỗi đau dân tộc vào âm nhạc.*

2. Phạm Duy

• **Phong cách: Dân ca, nhạc quê hương, nhạc tình**

• **Tác phẩm nổi bật:** *"Nghìn trùng xa cách", "Tình hoài hương", "Con đường cái quan"*

• **Đóng góp:** *Là người hệ thống hóa và làm phong phú kho tàng âm nhạc dân gian Việt bằng cách hiện đại hóa các làn điệu truyền thống.*

3. Văn Cao

• **Tác phẩm nổi bật:** *"Tiến quân ca" (Quốc ca Việt Nam), "Trường ca sông Lô", "Thiên Thai"*

• **Đóng góp**: *Được xem là nhạc sĩ đa tài với ảnh hưởng lâu dài trong cả tân nhạc và ca khúc cách mạng.*

4. Nguyễn Ánh 9

• **Tác phẩm nổi bật:** *"Cô đơn", "Buồn ơi chào mi", "Tình yêu đến trong giã từ"*

• **Đóng góp:** *Chuyên sáng tác nhạc tình sâu lắng, nổi bật với phong cách piano trữ tình.*

Nhạc sĩ thế giới nổi tiếng và ảnh hưởng lớn

1. Ludwig van Beethoven (Đức)

• **Thời kỳ:** *Cổ điển - Lãng mạn*

• **Tác phẩm tiêu biểu:** *"Giao hưởng số 9", "Fur Elise", "Moonlight*

NHẬT KÝ VĂN HỌC

Những Sinh Hoạt Nổi Bật Trong Tháng 6

Việt Nam

1. 2025 Sea Tourism & Culture Festival – Nha Trang

• Tổ chức từ 1 đến 30/6 tại Nha Trang – Khánh Hòa.

• Bao gồm gần 40 hoạt động: lễ khai mạc, diễu hành, biểu diễn thể thao biển, chương trình âm nhạc quốc tế…

2. Tuần lễ Áo dài cộng đồng – Huế

• Diễn ra từ 6–15/6, thuộc chuỗi hoạt động "Visit Vietnam Year – Huế 2025".

• Hoạt động nổi bật: diễu xe đạp áo dài, "Trăm Hoa Dạo" – đại nhạc hội áo dài truyền thống…

3. Ngày hội văn hóa – thể thao – du lịch Quảng Nam

• Từ 6 đến 29/6, chạy dọc tỉnh Quảng Nam, điểm nhấn tại Hoi An Memory Land.

• Bao gồm chợ làng Kim Bồng, lễ hội biển Tam Kỳ, hoạt động nghệ thuật dân gian…

4. Enjoy Đà Nẵng Festival 2025

• Tổ chức 19–23/6, với 12 hoạt động trải nghiệm về văn hóa, thể thao, du lịch và ẩm thực.

5. Lễ hội Mùa hè & Tuần lễ nghệ thuật đường phố Đà Nẵng

• Khởi đầu từ 1–10/6 tại đường Bạch Đằng và bãi biển Mỹ Khê.

• Gồm diễu hành mùa hè, biểu diễn nhạc trẻ, chiếu phim ngoài trời, triển lãm nghệ thuật & photo…

6. Giải bóng chuyền nữ AVC Nations Cup 2025

• Tổ chức tại Hà Nội từ 7–14/6. Đội tuyển Việt Nam bảo vệ thành công ngôi vô địch lần thứ 3 liên tiếp, với MVP là Nguyễn Thị Bích Tuyền.

Quốc tế

1. World Art Nouveau Day

• Vào ngày 10/6, diễn ra tại nhiều thành phố châu Âu như

Barcelona, Brussels.

• Chủ đề 2025 là "Color" – chuỗi hoạt động tham quan, workshop, chương trình giáo dục…

2. **Art Basel – Basel (Thụy Sĩ)**

• Từ ngày 19–22/6, hội chợ nghệ thuật quốc tế hàng đầu hội tụ hơn 280 phòng tranh và hơn 4.000 nghệ sĩ. Giới thiệu khu "Premiere" dành cho nghệ sĩ tầm giữa, thúc đẩy nghệ thuật xã hội – sinh thái.

3. Annecy International Animation Film Festival

• Diễn ra từ 8–14/6 tại Annecy, Pháp.

• Mở màn bằng 5 phim ngắn độc lập, gồm "Black" từ Star Wars: Visions.

4. RISING Festival – Melbourne, Australia

• Diễn ra 4–15/6, hoạt động đa ngành: nghệ thuật biểu diễn, âm nhạc, sáng tạo, chương trình nghệ thuật bản địa.

5. Vivid Sydney

• Kéo dài từ cuối tháng 5 đến 14/6, Sydney trở thành "bức tranh" ánh sáng và nghệ thuật bằng nhiều màn trình chiếu ánh sáng, âm nhạc, giao lưu ý tưởng.

6. Paris – triển lãm nghệ thuật tháng 6

• Các triển lãm nổi bật tại Marian Goodman, Gagosian, Hauser & Wirth, Perrotin, Fondation Louis Vuitton, Louvre-Lens, tập trung từ nhiếp ảnh, tranh giấy, đến Âu Mỹ cổ điển.

7. Turner Contemporary – Margate, UK

• Triển lãm "Resistance" của Steve McQueen, về lịch sử kháng chiến Anh, kéo dài đến đầu tháng 6.

8. SUMMA Mallorca 2025

• Tại Palma (Tây Ban Nha), ngày 29/5–1/6, lễ hội nghệ thuật đương đại gồm painting, sculpture, digital art, performance…

9. Adelaide Cabaret Festival & Guitar Festival – Úc

• Festival nhạc kịch Adelaide diễn ra gần đây: các tên tuổi Jessica Mauboy, Vika & Linda, Demi Adejuyigbe…; còn Adelaide Guitar Festival chuẩn bị công bố chương trình.

NHẬT KÝ VĂN HỌC

Dưới đây là một số tác giả và tác phẩm thơ – văn được giới chuyên môn điểm đến như ứng viên sáng giá cho giải Nobel Văn học (do Viện Hàn lâm Thụy Điển trao tặng). Vì dữ liệu chính thức của các đề cử được giữ kín trong 50 năm, mọi thông tin dựa trên dự đoán, thứ hạng từ các tờ báo uy tín, và tín hiệu từ các giải thưởng quốc tế tương đồng:

Ứng viên quốc tế nổi bật

1. Anne Carson (Canada/USA)

• *Nhà thơ – nhà phê bình, nổi danh trong lĩnh vực thơ – dịch – tiểu luận đương đại.*

• *Tác phẩm mới nhất Wrong Norma (2024) đã được long-listed cho National Book Award – dấu hiệu nổi bật trong cộng đồng thơ đương đại .*

• *Carson thường được nhắc đến bên cạnh các tên tuổi như Margaret Atwood, Haruki Murakami trong dự đoán Nobel .*

2. Salman Rushdie (Anh/Mỹ)

• *Quán quân danh sách vài năm qua, đặc biệt sau vụ ám sát năm 2022 khiến tên ông được chú ý rộng rãi .*

• *Dù đã ở tuổi cao và gây tranh luận, nhưng những giá trị tự do ngôn luận trong văn học của ông vẫn khiến nhiều người xem ông là "ứng viên tầm cỡ".*

3. Yang Lian (Trung Quốc/Tây phương)

• *Nhà thơ, tùy bút, dịch giả, sống lưu vong sau Giờ phút Thiêng liêng (1989).*

• *Lọt vào danh sách trung bình 20 "potential candidates" theo thống kê xây dựng từ Wikipedia .*

4. Jan Erik Vold (Na Uy)

• *Nhà thơ – tiểu luận – dịch giả, sinh năm 1939, liên tục được nhắc đến trong danh sách ứng viên mạng Wikipedia .*

5. Magnus William-Olsson (Thụy Điển)

• *Nhà thơ – tiểu luận – dịch giả, sinh năm 1960, cũng nằm trong danh sách ứng viên do cộng đồng chuyên môn theo dõi .*

Thí sinh cấp khu vực gợi ý

• **Banu Mushtaq (Ấn Độ)** – *Tác giả truyện ngắn tiếng Kannada.*

• **Heart Lamp của bà vừa giành giải International Booker Prize 2025** – *là ấn tượng mạnh và tín hiệu đáng giá để một tác giả từ khu vực giành được sự chú ý ở cấp độ Nobel .*

Về góc độ văn học Việt Nam

Hiện tại không có công bố chính thức về ứng viên được đề cử hoặc lọt danh sách sơ tuyển cho Nobel 2025 từ Việt Nam.

• **Lần đầu tiên (2022), Hội Nhà văn Việt Nam đã nhận thư mời đề cử từ Viện Hàn lâm Thụy Điển – nhưng thư đến quá muộn nên không được gửi kịp .**

• *Trước đây, năm 1972, nhà thơ* **Vũ Hoàng Chương** *từng xuất hiện trong danh sách 100 đề cử – nhưng điều này xảy ra cách đây 50 năm, vì vậy không ảnh hưởng trực tiếp tới tình hình hiện tại .*

Nhà thơ nhà văn Nguyễn Quang Thiều – Chủ tịch Hội Nhà văn – thừa nhận văn học Việt vẫn chưa có "ứng viên đủ tầm" để đề cử, dù nhận được thư mời là tín hiệu tích cực .

TRẢ LỜI THƯ TÍN

1/ Tòa soạn Văn Học Mới, xin chân thành cảm ơn quí thân hữu là Nhà thơ, Nhà văn, Nhà Phê Bình, Biên khảo đã hết lòng ủng hộ..

Rất cảm ơn quí vị đã vì yêu mến VHNT nên không chút lo ngại khi nhiệt tình mua báo dài hạn.

Một niềm hạnh phúc nồng nàn đầy chất khích lệ là gia hạn sự ủng hộ cũng như tiếp tục đóng góp bài vở thường xuyên ... của quí tác giả, quí mạnh thường quân...

Tòa soạn VHM cũng không quên cảm ơn quí vị mua tạp chí của chúng tôi trên Amazon, kể cả mua trong những nhà sách ...

1/Con đường "Lập Đức" của tạp chí VHM vẫn luôn là việc ưu tiên hàng đầu. Vì thế "tiếng thơm đồn xa". Vẫn có lai rai thành viên mới cộng tác, cũng do từ anh em thành viên cũ có quá trình "làm ăn khấm khá với VHM nên giới thiệu cho bạn bè của họ!! Từ đó trong VHM số 20 kỳ đã bắt đầu gia tăng tác giả mua báo dài hạn

2/ VHM một mực thể hiện tình yêu thương quí trọng đến những tác giả đã một đời sống chết với Văn Học Việt Nam, đã để lại nhiều tác phẩm đóng góp.!! (Không phải riêng vì đã cộng tác với VHM mà chúng tôi mới làm số đặc biệt tưởng niệm ...) Mà là thể hiện sống theo đạo lý của dân tộc Việt mình là "Ăn trái nhớ kẻ trồng cây hay uống nước nhớ nguồn..

Có thể kể từ khi VHM ra đời, đã làm số đặc biệt tưởng niếm đến: (Số 2) tưởng niệm nhà thơ/ nhà biên khảo văn học Trần Văn Nam. (Số 6) tri ân nhà thơ/nhà văn/nhạc sĩ Nguyễn Đình Toàn. (Số 8) là số đặcbiệt coi như vinh danh Giai Phẩm Chủ Để do nhà văn Nguyễn Trung Hối điều hành. (Số 10) tưởng niệm hai nhạc sĩ Nguyễn Hiền và Trầm Tử Thiêng. (Số 13) tưởng niệm Thi sĩ Giáo sư Trần Hồng Châu. Số 16) tưởng niệm nhà thơ Kim Tuấn... Và đến số 20, tưởng niệm nhà thơ/nhà văn Hoài Ziang Duy, một tác giả cộng tác đắc lực với tạp chí Văn Học Mới...Đến số 21 là số không chủ đề gì ...

3/ Trong trang Trả Lời Thư Tín thường kỳ, bổn báo xin giữ nguyền 2 phần trả lời 1& 2. Mục đích để có sự liên tục khi nói đến gồm có bao nhiêu số mà VHM đặc biệt tưởng niệm đến những VNS mà chúng tôi đã làm trong mấy năm qua. Chúng tôi sẽ thông báo trước ít nhất 2 số, về dự trù cho những số tiếp theo sẽ là số tưởng niệm và bài viết chuyên đề về Ký giả / Nhà văn / Thi sĩ Hoài Trinh (trong thời kháng chiến chống Pháp, có in trong cuốn "Thi Nhân Việt Nam Hiện Đại Quyển 1 - Do Phạm Thanh biên soạn - NXB Sống Mới 1959). Nhưng sau khi thảo luận với các nhà biên khảo thì bị trở ngại, bởi 1 lý do thiết yếu và duy nhất là Thi sĩ Hoài Trinh, dù nổi tiếng trong những thập niên trước của thời ông sinh hoạt, nhưng chí có nhiều bản thảo về truyện và thơ mà chưa bung ra đời bằng sách xuất bản. Từ đó kêu gọi người viết thì thiếu hẳn tài liệu. Chính vì thế chúng tôi sẽ tiếp tục tưởng niệm hay vinh danh những tên tuổi dưới đây:

Số 28 Vinh danh Nhà Văn Nguyễn Văn Sâm
Số 31 Tưởng niệm Nhà văn Nguyễn Xuân Hoàng
Số 32 Tưởng niệm Nhạc sĩ Đỗ Lễ
Số 33 Vinh Danh Nhà Thơ Hoàng Xuân Sơn
Số 34 Bắt đầu phát hành vào tháng 11.2024 - mỗi tháng ra 1 số báo ...

4/ VHM số 24 tưởng niệm Nhà văn Nguyễn Trung Hối

5/ Trong 2 tháng vừa qua, VHM làm hai số dồn một, tức là số "22 &23" thuộc số tháng 2 năm 2023 Xuân Quí Mão. Chính bổn báo cũng không ngờ rằng với chỉ mục đích là "Kỷ Niệm 5 Năm Phát Hành Văn Học Mới" thôi!! (Theo dự trù là nhằm giới thiệu sự nghiệp sáng tác của mỗi tác giả) nên dành nhiều trang để họ có dịp tỏ bày... Ngờ đâu rằng "phóng lao thì phóng theo lao" ... Số trang tăng vọt lên chưa từng có trong lịch sử của mọi thời, mọi tờ báo Văn Học. (tăng gần 8 trăm trang). Khiên tờ báo nặng ký như cuốn tự điển.... Phát hành xong, mỗi tác giả đều có trong tay, hẳn nhiên sự trố mắt nhìn và tóm tắt khen ngợi không tiếc lời!!

6/ Trong Văn Học Mối số 22 & 23 Xuân Quí Mão vừa qua, có số lượng tác giả gia hạn mua báo dài hạn cũng tăng đều đặn.... Bổn báo chân thành cảm ơn quí tác giả tích cực cộng tác với VHM và nhiệt tình ủng hộ báo dài hạn. Một hành động nhân quả tốt đẹp là một niềm khích lệ vô cùng lớn lao cho tờ báo thêm mạnh bước chân cứng đá mềm!!

7/ VHM số 27 & 28 đã công bố trước ngày bắt đầu của "Giải Thơ Văn Học Mới 2024" . Thật sự ngày tháng bắt đâu nhận bài là giữa tháng hai và kết thúc đến giữa tháng 5 > Tháng 6 mới công bố kết quả giải, nhưng từ khi bắt đầu công bố sớm trên VHM số 27, đã có hàng loạt người ở khắp nơi đã gửi bài dự thi trước rồi, Đó là một biểu hiện tích cực đầy lạc quan cho Giải Thơ mang tính đột phá và thăng hoa cho "dòng chảy VHNT" ở Hải Ngoại của chúng ta....Mãi cho đến VHM số 29 Xuân Giáp Thìn cận kề đến, số lượng người tham dự càng tiếp tục gia tăng hơn. Chúng tôi đang chuẩn bị đánh "số mật mã cho mỗi tác giả" để giữ công bằng và gửi đến mỗi giám khảo trong hội đồng chấm giải...

8/ Xin quý tác giả LƯU Ý , khi gởi bài cho Văn Học Mới - **Bộ mới phát hành mỗi tháng ra một số (1 Tháng / ra 1 số - "Nguyệt San Báo) :**
- Về thơ: Không quá 3 trang...
- Về Truyên ngắn: Không quá 12 trang, nếu hơn ... có thể đăng làm 2 kỳ)

BÀI VỞ GỞI VỀ VĂN HỌC MỚI:

Gởi sáng tác, xin kèm theo địa chỉ, tên thật (có thể), số phone và Email. Gởi đến Văn Học Mới xin vui lòng đừng gởi báo khác. ***Nay Văn Học Mới phát hành theo định kỳ mỗi tháng ra 1 số. Như vậy trong vòng 1 tháng sau đó mà không thấy đăng, thì quí vị có quyền đăng báo khác. Điều quan trọng Văn Học Mới muốn nhắn nhủ đến quí tác giả là: Chúng tôi không đăng bài đã: 1/Đăng trên Facebook. 2/ Hoặc bất cứ đâu. 3/ Không nhận bài vở viết tay...***

Văn Học Mới xin quí vị lưu ý: là tạp chí **không có qui định trả tiền nhuận bút cho bất cứ tác giả nào cộng tác.** *(Vì vậy, mỗi tác giả trong nước khi gởi bài đăng , dưới tác phẩm thơ / văn, ngoài bút danh với tên thật hay điện thoại là tốt... Nhưng xin đừng ghi như bên VN là CMND và tài khoản ..v..v..*

Bài vở đánh máy trên một mặt giấy. Xin dùng Microsoft Word với công cụ đánh chữ **Uni Code hay Unikey** là tốt nhất. Nên dùng Font chữ thông dụng nhất là **Time New Roman.** *Bài vở không đăng chúng tôi không gởi trả lại. Theo nguyên tắc chờ một số mà không thấy đăng, số kế tiếp nếu có đăng thì chúng tôi sẽ thông báo, để quí vị không đăng báo khác...*

TẠP CHÍ VĂN HỌC MỚI
PHÁT HÀNH 12 SỐ /NĂM
BẮT ĐẦU SỐ 34 / PHÁT HÀNH VÀO THÁNG 11/2024

NHẬN BÀI TỪ NGÀY 1 ĐẾN NGÀY 15
NẾU AI GỬI TRỄ - SẼ DỜI LẠI SỐ SAU

Gửi bài vở cho tạp chí Văn Học Mới theo 3 hộp thư:

vanhocmoi4@gmail.com
tapchivanhocmoi.tho@gmail.com
ntlthu1016@gmail.com

Ngân phiếu/ chí phiếu mua báo dài hạn, xin đề:

HA NGUYEN
10291 Arundel, Ave
Westminster, CA 92683 - USA

Một cách rất tiện lợi và nhanh nhất là gởi trả qua công cụ có sẵn trong mỗi. ngân hàng là ; Zelle. (khi tác giả nào cần trả qua Zelle hãy email trước cho biết , sẽ cho số phone , kèm theo tên Ha Nguyen nữa là xong.

GIÁ BIỂU BÁO DÀI HẠN 12 SỐ / NĂM

HOA KỲ / MỘT NĂM / $ 240.00 . HAI NĂM $ 460.00

MUA______/ NĂM

CANADA / AUSTRALIA / PHÁP / ĐỨC
MỘT NĂM $ 280.00 . HAI NĂM / $540.00

MUA______/ NĂM

GIÁ BÁN TẠI CÁC NHÀ SÁCH US $20.00

GIÁ BIỂU BÁO DÀI HẠN 12 SỐ / NĂM

HOA KỲ / MỘT NĂM / $ 240.00 . HAI NĂM $ 460.00

MUA______/ NĂM

CANADA / AUSTRALIA / PHÁP / ĐỨC
MỘT NĂM $ 280.00 . HAI NĂM / $540.00

MUA______/ NĂM

GIÁ BÁN TẠI CÁC NHÀ SÁCH US $20.00

Chúng tôi NHẬN in ấn tác phẩm thuộc VHNT

NHÀ XUẤT BẢN VĂN HỌC MỚI

Phát hành toàn cầu qua hệ thống Amazon.
Sẽ giao đến tận nhà quí vị. Trên
tinh thần ủng hộ quí Văn Nghệ Sĩ
và thân hữu trong giới sáng tác
Liên lạc Hà Nguyên Du

vanhocmoi4@gmail.com
tapchivanhocmoi.tho@gmail.com
ntlthu1016@gmail.com

Ảnh bìa: Còn Tuổi Nào Cho Em_Tranh Họa sĩ Hiếu Hồ

Trình bày Bìa & Nội dung: HÀ NGUYÊN DU

*

www.ingramcontent.com/pod-product-compliance
Ingram Content Group UK Ltd.
Pitfield, Milton Keynes, MK11 3LW, UK
UKHW061430110926
15112UKWH00025B/218

9 798349 503030